கண்ணதாசன் கவிதைகள்

தொகுதி 7

கவிஞர்

கண்ணதாசன்

கண்ணதாசன் பதிப்பகம்

23, கண்ணதாசன் சாலை,
தியாகராய நகர், சென்னை - 600 017.
போன் : 2433 2682
கிளைகள்: மதுரை ❖ பாண்டி ❖ கோவை ❖ வேலூர்

முதற் பதிப்பு	: ஜனவரி, 2012
நான்காம் பதிப்பு	: ஆகஸ்ட், 2019
ஐந்தாம் பதிப்பு	: ஜனவரி, 2024

Copyright © 2010 by Kannadhasan Pathippagham. All rights reserved

E-mail: sales@kannadasan.co.in
Our Website: www.kannadasan.co.in

பதிப்பாசிரியர் : காந்தி கண்ணதாசன்

எச்சரிக்கை

காப்பிரைட் சட்டத்தின்கீழ் பதிவு பெற்றுள்ள இந்நூலில் இருந்து எப்பகுதியையும் முன் அனுமதியின்றி பிரசுரிக்கக்கூடாது. தவறினால் சிவில், கிரிமினல் சட்டங்களின்படி நடவடிக்கை எடுக்கப்படும்.

- காந்தி கண்ணதாசன் பி.ஏ., பி.எல்.,

No part of this book may be reproduced or transmitted inany form or by any means electronic or mechanical including photocopying or recording or by any information storage and retrieval system without permission in writing from Gandhi Kannadhason, B.A., B.L., Chennai. Any violations of these conditions, legal action will be initiated in civil and criminal proceedings under the Copyright Act 1957.

Price Rs: **300/-**

KANNADHASAN KAVITHAIGAL PART 7 - Tamil
Selected Poems of Poet Laureate Kannadhasan

❖ Written By	: **POET LAUREATE KANNADHASAN**
❖ Fifth Edition	: Janurary 2024
❖ Publishing Editor	: **GANDHI KANNADHASAN**
❖ Published By	: Kannadhasan Pathippagham
	23, Kannadhasan Salai,
	Thiyagaraya Nagar, Chennai - 600 017.
	Ph: 044-24332682 / 8712 / 98848 22125

ISBN: 978-81-8402-626-9

Books available at :
- No. 1212, Range Gowder Street, Coimbatore - 641 001.
  Ph : 0422-4980023, Cell : 9884822139
- No. 1, Annai Complex, III Street, Vasantha Nagar,
  Madurai - 625 003. Ph : 0452-4243793, Cell: 9884822126
- No. 37, Bharathy Street, Puducherry - 605 001.
  Ph : 0413-4201202, Cell : 9884822128

Printed at : Kannadhasan Pathippagham, Chennai.

பதிப்புரை

இருபதாம் நூற்றாண்டுக் கவிஞர்களில் பாரதி, பாரதிதாசனோடு கவிஞர் கண்ணதாசன் அவர்களுக்கும் நிலையான இடமுண்டு என்பதை, அவர் தமிழுக்கு வழங்கியிருக்கிற மகத்தான கவிதைகள் நிரூபிக்கின்றன.

கவிஞர், தமிழ் இலக்கியத்துக்கும் தமிழ் வளர்வதற்கும் ஆற்றியிருக்கிற பணிகள் கணக்கிலடங்காதவை.

சமுதாயத்துக்குப் பயன்படுகிற விஷயங்களைச் சந்தங்களோடு அவருக்கே சொந்தமான எளிய நடையில் கவிதைகள் புனைந்திருப்பதால் அனைவரும் முனைந்து படிக்கிறார்கள். அவருடைய கவிதைகள் அரும்பெரும் செல்வமெனப் போற்றத்தக்கவை.

கவிஞரின் கவிதைச் செல்வங்களை எல்லாம் பாதுகாத்து வைத்திருந்து, தமிழ்ச் சமுதாயத்துக்குப் பயனளிக்கும் வண்ணம் சிரமம் பாராது, கவிஞரின் மறைவுக்கு முன் தொகுத்துக் கொடுத்திருந்தார், கவிஞரின் அருமைத் தம்பி இராம. கண்ணப்பன் அவர்கள்.

சிரமம் பாராது கண்ணதாசன் அவர்களின் கவிதைகளைத் தொகுத்தளித்ததனால், கவிஞர் கண்ணதாசன் அவர்களின் ஏழாவது கவிதைத் தொகுதி இப்பொழுது தமிழ் மக்களுக்குக் கிடைத்துள்ளது. கவிஞர் கண்ணதாசன் அவர்களின் கவிதைகளைத் தொகுத்தளித்த திரு. இராம. கண்ணப்பன் அவர்களை எவ்வளவு பாராட்டினாலும் தகும்.

தமிழ் உள்ளளவும் கவிஞர் கண்ணதாசனின் கவிதைகள் நிலைத்து நிற்கும்.

கவிஞர் கண்ணதாசன் அவர்களின் கவிதைகளைப் படிக்கத் துடிக்கும் வாசகர்களுக்கும், இந்நூலைத் தொகுத்தளித்த திரு. இராம. கண்ணப்பன் அவர்களுக்கும் நன்றி.

கவிஞரின்பால் பெரிதும் ஈடுபாடு கொண்ட கவிஞர் வல்லம் வேங்கடபதி அவர்களின் முன்னுரை பொற் குடத்துக்குத் திலகமிட்டது போல் அமைந்துள்ளது. சிறந்த முறையில் முன்னுரை நல்கிய கவிஞர் வேங்கடபதி அவர்களுக்கும் நன்றி செலுத்தக் கடமைப்பட்டிருக்கிறேன்.

தேன்சுவை நிரம்பிய கவிஞர் கண்ணதாசன் அவர்களின் இக்கவிதை நூலை, வானதி பதிப்பகத்தில் வெளியிட்டு, தமிழ் மக்களுக்கு வழங்குவதைப் பெரும் பாக்கியமாகக் கருதி வெளியிட்டுள்ளேன். ஏற்று மகிழுங்கள்.

கவிஞர் கண்ணதாசன் புகழ் ஓங்குக! கண்ணதாசன் நாமம் உலகெங்கும் ஒலிக்கட்டும்!

வானதி ஏ. திருநாவுக்கரசு

முன்னுரை

டாக்டர் கவிஞர் வல்லம் வேங்கடபதி, M.A., Ph.D.
தமிழ்ப் பேராசிரியர், பச்சையப்பன் கல்லூரி

ஒரு மகாகவியின் கனிந்த புன்னகை, கவர்ச்சிப் புன்னகை, இந்தக் கவிதைத் தொகுப்பு!

அந்தக் கவிமேதை சிந்திய ஒளித் தூறலின் வெளிச்சத் தேக்கம், இந்தக் காவிய விரிப்பு!

படிக்கப் படிக்க இனிக்கிறது கம்பன் விருத்தம் போல; எடுக்க எடுக்கக் கருத்துச் சுரக்கிறது வள்ளுவன் குறள் போல!

கவிதைகளின் ஒவ்வொரு அணுவிலும் கவியரசின் 'விசுவ ரூபத்தை'த் தரிசிக்கிறோம்; நாடித்துடிப்பின் இனிய சங்கீதத்தைக் கேட்கிறோம்; புதிய புதிய அர்த்தங்களைப் புரிந்து கொள்கிறோம்.

- இதுவே இக்கவிதைத் தொகுப்பின் சிறப்பு; சிகரம்!

அவர் பாடி வைத்திருக்கிறார் என்பது பொய். நம்மைப் பாட வைத்திருக்கிறார், நமக்குப் 'பாடம்' வைத்திருக்கிறார் என்பதே மெய். இது புகழ்ச்சி அல்ல; கவிதைகளைப் படித்து முடித்த பிறகு நாம் பெறும் உணர்வின் மாட்சி.

எது பற்றிப் பாடினாலும் எப்போது பாடினாலும் பாடியதையே பாடினாலும் புதியது பாடினாலும் அவர் பாடலில் ஏதோ ஒரு 'கிறக்கம்' இருக்கிறதே. அது என்ன? அது இன்னது, இப்படிப்பட்டது என்று சொற்கள் கொண்டு என்னால் விளக்க முடியவில்லையே! ஒருவேளை அவரைக் கொள்ளை கொண்ட கள்ளே, நம் நெஞ்சை அள்ளும் கவிதையாக உருமாறியதோ என்னவோ!

'பாரதியாரைவிட, பாரதிதாசனாரைவிட அவரென்ன அப்படிக் கொட்டிக் கவிழ்த்துவிட்டார்?' என்று சிலர் கேட்பது என் காதில் விழுகிறது. உண்மைதான். ஒன்றுமில்ல தான். பாடுபொருள், யாப்பு, சந்தம் எல்லாம் பழையனவே. ஆயினும் அவர் கவிதைகளில் ஏதோ ஒன்று இருந்து கொண்டு நம்மை ஆட்டுவிக்கின்றதே அது என்ன? அது பாரதியல்ல; பாரதிதாசன் அல்ல; பாரதி - பாரதிதாசன் கூட்டும் அல்ல. வேறென்ன? வேறொன்றுமல்ல; அது கண்ணதாசன்!

'கவிநயம் பிறப்பில் வேண்டும்' (ப:31)

- என்கிறார் கவிஞர். அப்படிப் பிறவியிலேயே அல்லது இயற்கையிலேயே அவருடன் இரண்டறக் கலந்துவிட்ட கவிநயம், அவர் கவிதைகளில் ஒரு 'தனித்துவம்' பெற்று இலங்குகிறது. அந்தத் 'தனித்துவம்'தான் அவர் கவிதை களில் பூத்துக் குலுங்கும் கவித்துவமாகக் கொலுவிருக்கிறது. விண்ணிலிருந்து விழும் பனிமழையில் குளிரக் குளிர நனைந்து, எங்கிருந்தோ ஒலிக்கும் வண்டின் இசையில் திளைத்துத் தவிக்கும் ஒரு மதுமலர் சில்லென்று வீசும் சிறுகாற்றின் உரசலில் மெல்ல அதிர்ந்து, நாணிச் சிவந்து

சிலிர்க்கிறதே அந்தச் சிலிர்ப்பைப் போன்றதுதான் கவியரசின் கவிதைச்சிலிர்ப்பு - கவித்துவச் சிறப்பு! அது, அவரவர் உணர்ச்சி நிலைக்கு ஏற்ப அனுபவிக்கத்தக்க, அதே நேரத்தில் விளக்கிச் சொல்ல முடியாத ஒரு தனிச்சுவை; தனி சுகம்!

எளிய இந்த ஆசிரியப்பாவில்தான் எத்தனை சுவை, எத்தனை சுகம்!

'யாரைச் சொல்லி யாரிடம் சொல்லி
தேறுவ தீந்தத் தேரா வாழ்க்கையை?
ஒருமணி நேரம் ஊமையாய் இருங்கள்
சிலமணிப் பொழுது செவிடாய் இருங்கள்
மூன்றுநா ழிகைகள் முடமாய் இருங்கள்
கூடுமான வரை குருடாய் இருங்கள்
ஒருநாட் பொழுது ஓடிக் கழியும்!
இப்படியே தினம் இருந்துகொண்டி ருந்தால்
மரணம் வரும்வரை மனிதனாய் வாழலாம்? (ப: 27)

வாழ்க்கை அனுபவங்களையே கவிதைகளாக வடித்துத் தருகிறார் கவிஞர். அந்த அனுபவங்களே அவர் கவிதைகளுக்கு முதுகெலும்புகளாக அமைகின்றன; கம்பீரத்தைத் தருகின்றன. 'குண்டுசட்டிக்குள் குதிரை ஓட்டிக் கொண்டே பாடும் கவிஞனால் தரமான கவிதைகளைத் தரமுடியாது' என்கிறார் அறிஞர் கார்லைல். **(A poet who could only sit on a chair and write verses would never write any verses worth the reading - Carlyle).** குண்டுசட்டிக்குள் குதிரை ஓட்டியவரா, கவியரசர்? அண்டை கோளங்களிலெல்லாம் அதிர அதிர வலம் வந்தவராயிற்றே அவர்!' எனவேதான் அவர் கவிதைகள் இனிக்கின்றன; மணக்கின்றன; என்றும் நிலைக்கவல்லனவாக 'ஜொலிக்கின்றன!' அவர் கவிதைகள். அனுபவ முத்திரைகள் என்பதற்குக் கட்டியம் கூறும் கவிதையடிகள்:

'பார்த்தது கோடி பட்டது கோடி
சேர்த்தது என்ன? சிறந்த அனுபவம்' (ப: 47)

'மன்னிய பக்குவம் எய்திய நாட்களை
வாழ்வில் அடைந்து விட்டேன்...' (ப: 56)

நாட்டில் உண்மைக்கு உயர்வில்லை; வாழ்வு இல்லை. பொய்மைகளும் போலிகளும் வெறும் போக்குகள் காட்டிப் பெருமை தேடிக் கொள்கின்றன. அவலங்களும் அவமதிப்பு களும் அலைமோதுகின்றன. இந்த மண்ணில் பிறந்து விட்டோமே என்று வேதனைப்படுகிறார் கவிஞர். அவருடைய வேதனைப் புயலைத் தம்முள் அடக்கிக் கொண்டு பிறப்பெடுத்த சாதனை வரிகள் இவை:

'செருப்பையே மதிக்கும் இந்தத்
தேசத்தில் பிறந்தேன் பாவி' (ப: 34)

மேலும் கவிஞருடைய வேதனை உணர்வுகளின் சிகர வெளிப்பாடாக வெடித்துச் சிதறி விருத்தப் பாக்களையும் இங்கு எடுத்துக்காட்டுவது பொருத்தமாகும்.

'இன்றைய சமுதா யத்தை
எண்ணுங்கால் அவர்கள் செய்த
அன்றைய தியாகம் யாவும்
அழிந்தன என்றே தோன்றும்;
நன்றிஇல் லாதார் மக்கள்
நடைமுறை அவமா னங்கள்
மன்றினில் எதையோ கேட்டு
மாலைகள் அணிவிக் கின்றார்
ஒருவழிச் சரியாய் நின்ற
உத்தமத் தலைவா நீயும்
மறுபடி பிறந்தால் இந்த
மண்ணிலே பிறத்தல் வேண்டாம்' (ப:171 & 172)

தவறுகளே புரிந்து தடுக்கி விழுந்து தடுமாறிக் கொண்டிருக்கும் சமுதாயத்துக்கு வழிகாட்ட வேண்டியதும் கவிஞரின் கடமையாகிறது. இந்த வகையில் நேர்வழி காட்டும் சீர்வரிசைச் சிந்தனைகள் இத்தொகுப்பில் நிரம்ப விதைக்கப்பட்டுள்ளன:

'சிலைவைக்க இந்நாட்டில் இடமொன்று காட்டினால்
சேவைக்கு வைக்க வேண்டும்
சிரித்துக் கெடுக்காத நபரொன்று தோன்றினால்
தினமும் வணங்க வேண்டும்.' (ப: 60)

கவிஞருடைய கடவுள் பக்தி மூடபக்தி அன்று; பகுத்தறிவுடன் கூடிய மக்கள் பக்தி என்பதை மெய்ப்பிக்கும் கவிதைகள் - ஒப்பிலாக் கவிதைகளாக இத்தொகுப்பில் இடம் பெற்றிருப்பது நமக்கு மன நிறைவைத் தருகிறது. வாழ்க்கைத் தத்துவத்தை விளக்கிக் கூற முற்படும் கவிஞர், கடவுளையே ஏவல் கொள்ளும் ஏற்றத்தைக் காண முடிகிறது.

வாழ்க்கைக்கு ஒரு குறி வேண்டும். அக்குறியை அடைவதற்கு நல்லதொரு நெறி வேண்டும். குறி - நெறி இரண்டும் இல்லாத வாழ்க்கை சிதைவது திண்ணம். இக்கருத்தை வலியுறுத்தும் கவிதையடிகளில் கவிஞரின் கவிதை மகத்துவமும் கடவுட் கோட்பாட்டின் மகத்துவமும் பின்னிப் பிணைந்துகொண்டிருக்கின்றன.

'செய்வதைநீ செய்து திறமையுடன் வாழ்ந்திருந்தால்
தெய்வமெலாம் கைகட்டி சேவகமும் செய்திருக்கும்
நம்மைநா மேநடத்தி நல்லவழிகண்டு கொண்டால்
உண்மை துணைக்குவரும் உதவிக்குத் தெய்வம்வரும்
கோவிலுக்குச் சென்று கூத்தாடத் தேவையில்லை
கும்பிடும் ஓர்தெய்வம் கொள்கையெனக் கண்டுகொள்'
(ப: 45 & 46)

அழகான, முத்துமுத்தான குழந்தைப் பாடல்கள் சிலவும் இந்நூலில் இடம்பெற்றுள்ளன. குழந்தை போல வாழ்ந்திருந்த கவிஞர், குழந்தைப் பாடல்கள் பாடவில்லையே என்ற குறையை நம் மனத்திலிருந்து அடியோடு அகற்றி விடுகின்றன இப் பாடல்கள்.

'கண்ணே பாப்பா மறக்காதே
கடவுள் என்பது அவனேதான்
மண்ணும் வானும் அவனேதான்
மானிடத் தத்துவம் அவனேதான்' (ப: 265)

எப்படி இந்தப் பாடல்? கவிஞரின் மழலையைக் கேட்டு நம் காது குளிர்கிறதல்லவா?

கவிஞர் எல்லோர்க்கும் பாடியிருக்கிறார்; எல்லா வற்றையும் பாடியிருக்கிறார். ஏற்றமுறப் பாடியிருக்கிறார். ஒரு நிறைவான தொகுப்பு இது. இப்படிப்பட்ட தொகுப்பு வெளிவரும் இந்த நேரத்தில் இந்த மகாகவி இல்லாததை எண்ணி மனம் தவிக்கிறது; கண்ணீரில் குளிக்கிறது.

'பூமாலை இங்கே! தந்த பூவனமே நீஎங்கே?
மணிமாலை இங்கே! ஈன்ற மாமலையே நீஎங்கே?
மழைவெள்ளம் இங்கே! பொழிந்த மணிமுகிலே நீஎங்கே?
கவிக்கோயில் இங்கே! கட்டிய கவியரசே நீஎங்கே?'

என்றெல்லாம் கேட்டுக் கேட்டு நெஞ்சம் அலமறுகிறது.

கவிஞர் உயிரோடிருந்தபோது, அவர் கவிதைத் தொகுப்புகளுக்கு அவரே முன்னுரைகள் எழுதி வந்திருக்கிறார்; இப்போது நான் எழுதுகிறேன். அவருக்கும் எனக்கும் இடையிலான உறவை அந்த மகாகவி இப்படிக் குறிப்பிட்டார்; "இருவரின் ராசிகளும் ஒரே வீட்டில்

சந்திக்கும் சந்திப்பு." இந்தப் பொருத்தத்தை முன்னுரை எழுதும் இந்த நேரத்தில்தான் நான் மிகமிக அழுத்தமாக உணர்கிறேன்.

இந்த உறவுகளும் உணர்வுகளும் புத்துணர்ச்சி பெறுவதற்கான வாய்ப்பை வழங்கிய பெருமகனார் 'வானதி' அதிபர் திருமிகு. ஏ. திருநாவுக்கரசு அவர்கள் என்பதை இங்கு குறிப்பிட்டேயாக வேண்டும். முன்னுரையை என்னை எழுத வைத்தவரே அவர்தான். 'இதனை இதனால் இவன் முடிக்கும்' என்பதை அறியும் அவருடைய கூர்த்த மதியையும் செயலாற்றலையும் எண்ணி வியக்கின்றேன்; நன்றி கூறுகின்றேன்.

கவிதைகளைத் தொகுப்பதிலும் வகுப்பதிலும் வல்லாளர் கவிஞரின் தம்பி திருவாளர் இராம. கண்ணப்பன் அவர்கள். திறமைக்கு இத்தொகுப்பே சான்று. அவருக்கும் என் நன்றி உரியது.

கடைசியாக, என்னுடைய காதல் இதயத்தில் நிரந்தரமாகப் பள்ளி கொண்டுவிட்ட கவியரசுக்கு என் மானசீகமான நன்றியைத் தெரிவித்துக் கொள்கிறேன். ஓங்குக கவியரசர் புகழ்!

அன்பன்

வல்லம் வேங்கடபதி

கண்ணீர் சிந்தும் நினைவுகள்

1981, ஜூலை மாதம் முதல் தேதி.

காலை முதல் மாலை வரை எழுத்துப் பணி.

'கருவறை தொடங்கி கல்லறை முடிய'-தனது கடைசிக் கவிதையை கவிஞர் எழுதி முடித்துவிட்டு, எங்களைப் பிரிந்து சென்னையைத் துறந்து அமெரிக்காவிற்குப் பயணமாகிறார்.

கவிஞர் இல்லாத சென்னை நகரம் எனக்கு நரகமாயிற்று. நினைவு மயக்கத்தில் ஜூலை மாதம் இருபதாம் தேதி நள்ளிரவு வரை நான் சிந்தனை யற்றவனாகவே கிடந்தேன்.

அந்த நள்ளிரவு. மக்களும் மனைவியும் பக்கத்தில்: நல்ல தூக்கம். யாரோ என் முதுகில் ஓங்கி அறைந்ததைப் போன்ற வலி.

தாள முடியாத வலியால் 'அம்மா' என அலறியபடி எழுந்து அமர்கிறேன். மக்களும் மனையாளும் பயந்து விழித்து என்னைச் சூழ்ந்து கொள்கிறார்கள்.

என் மேனியெங்கும் வியர்வைச் சலவை. இனம் புரியாத பயம், பதற்றம் என்னை நடுக்குகின்றன.

தண்ணீர் தந்து தாகம் தீர்த்த மனையாள், "ஏதோ கெட்ட கனவு; கவிஞரை நினைத்துக் கொண்டு பயப்படாமல் படுங்கள்" என்றாள்.

தூக்கமா வரும்? என் விழிகள் அதோடு பகை கொண்டன.

அந்த நள்ளிரவில் இந்தத் தொகுப்புக்கான கவிதைகளைச் சேகரிக்கத் தொடங்கினேன். ஒரு பின்னிரவும் ஒரு பகல் போதும் செலவாயின.

ஜூலை 22-ஆம் தேதி இவற்றைப் பகுதி பிரித்துத் தொகுத்து 23-ஆம் தேதி காலையில் இருந்து பிரதி எடுக்கத் தொடங்கினேன்.

அன்று பிற்பகல் கவிஞர் வீட்டிற்குச் சென்றிருந்த என் மனையாள் திரும்பி வந்து, கலக்கத்தோடு என் காலடியில் அமர்ந்தாள்.

காரணம் கேட்டேன்; "கவிஞருக்கு ரொம்பவும் முடியலையாம்; ஆஸ்பத்திரியில் சேர்த்திருக்கிறார்களாம்; அமெரிக்காவில் இருந்து இப்போதுதான் டிரங்கால் வந்தது" என்றாள் கண்கள் பனிக்க.

"கண்ணா" என்று என்னால் கதற முடியவில்லை; நினைத்துக் கொண்டேன். காரணம்; கவிஞருக்குள்ள நோய்கள் குறித்து எனக்கு அணு அணுவாகத் தெரியும். மீண்டும் அவர் படுக்கைக்கு ஆளானால் தாளமாட்டார் என்பதைத் தெளிவாகப் புரிந்திருந்தவன் நான்.

"கண்ணப்பா, நான் சொல்லிக் கொண்டே இருக்க வேண்டும்; நீ எழுதிக்கொண்டே இருக்கவேண்டும். அப்போது என் உயிர் பிரிய வேண்டும்!" என்று கவிஞர் என்னிடம் அடிக்கடி கூறுவார்.

சந்தத்திற்கிசைந்து கவிதை வரிகள் சீர்பிரிவதைப் போல் தன் உயிர் பிரியவேண்டும் என்று ஆசைப்பட்டவர், கவிஞர்.

இந்த நியாயமான அவரது ஆசை நிராசையாகக் கூடாது என்ற கவலையில் இந்தத் தொகுதியை தவம் போல் தொகுத்தேன்.

நற்செய்திகளும், துர்ச்செய்திகளும் நாளும் தொடர்ந்து வந்தன. 'கவிஞருக்கு எதுவும் ஆகாது. திரும்பி வருவார்'

என்ற நம்பிக்கை என்னுள் துளிர்த்தபோது, இதனை எடுத்துச் சென்று, சகோதரர் வானதி திருநாவுக்கரசு அவர்களிடம் தந்து, "அண்ணே! இதற்கு முன்னுரை எழுத கவிஞர் வந்து விடுவார்" என்று சொன்னேன்.

எனது கனவுகள், கண்ணீரில் நீராடுகின்றன.

தனது திறமை, புகழாகி கொடிக்கம்பம் கண்ட நாட்களில் மரணத்தை நேசித்தவர் கவிஞர்.

"முப்பத்திரண்டு வயதில் மரணம் வந்தால் நான் கீட்ஸ் ஆவேன்; முப்பத்தொன்பதில் வந்தால் ஆதிசங்கரர், விவேகானந்தர், பாரதி ஆகியோர் வரிசையில் இடம் பெறுவேன்" என்று மரண சாசனம் எழுதியவர், கவிஞர்.

நாற்பத்தைந்து வயதுவரை மரணத்தைக் கண்டு அஞ்சாது, எள்ளி நகையாடிய கவிச்சிங்கத்திற்கு அதற்கு மேல் மரண பயம் வந்துவிட்டது.

'கண்ணா' என்றும் 'கந்தா' என்றும் 'மீனாட்சி, காமாட்சி, விசாலாட்சி, மலையரசி' என்றும் ஆராதிக்கலானார்.

'நூறுவய தாகும் வரை
ஓடிவிளை யாடி வர
நோயிலா மேனி வேண்டும்!'

என வேண்ட ஆரம்பித்தார். நூறு வயது வரை வாழ வேண்டும் என்று பேராசைப்பட்டார். ஆனால், கடவுளர்கள் பேராசைப்பட்டு விட்டார்கள். 'நீ மண்ணில் பாடியது போதும்; விண்ணுக்கு வந்து எங்களை நேரில் பாடு' என்று அழைத்துக் கொண்டு விட்டார்கள் போலும். மரணமில்லாப் பெருவாழ்வுக்கு கவிஞரும் பயணப்பட்டு விட்டார்.

'கவிஞர் எழுதிய கவிதைகளின் கடைசித் தொகுதி இது என யாரும் எண்ணிவிடக் கூடாது. இதே அளவில் இன்னும் இரண்டு தொகுதிகளுக்கான கவிதைகள்

ஆங்காங்கே மறைந்து கிடக்கின்றன. அவற்றை நான் சேகரித்துக் கொண்டிருக்கிறேன்.

இந்தத் தொகுதியில் இடம் பெற்றுள்ள கவிதைகள் அனைத்தும், கல்கி, கதிர், கலைமகள், தமிழரசு, கண்ணதாசன் ஆகிய இதழ்களில் வெளிவந்தவை. மற்றும் 'வானொலி'யில் ஒலிபரப்ப எழுதப்பட்ட இசைப்பாடல்களும் வெவ்வேறு மலர்களில் வெளிவந்த கவிதைகளும் உண்டு.

பத்திரிகை ஆசிரியர்களையும், இசைப்பாடல்களை ஒலி பரப்பிய வானொலி நிலையத்தாரையும் அன்போடு நினைவு கூர்கிறேன்.

கவிஞரின் கவிதைகளை ஆராய்ந்து. சென்னை பல்கலைக் கழகத்தில் 'டாக்டர்' பட்டம் பெற்றவர் வல்லம் திரு. வேங்கடபதி அவர்கள். ஆறு தொகுதிகளையும் ஆராய்ந்த அவர் இந்த ஏழாவது தொகுதியையும் ஆராய்ந்து முன்னுரை தந்துள்ளார். அவருக்கும் என் நன்றி.

நீண்ட பயணம்; நினைவுக் கால்களுக்கு வலுவில்லை. கரம் நடுங்குகிறது. கைக்குட்டையை இழந்துவிட்டுக் கண்களைத் துடைக்கப் புறங்கையை நாடுகிறேன்.

"தம்பி கண்ணப்பா, தொகுத்த உனக்கும், பதிப்பித்த திருநாவுக்கரசுவுக்கும் என் நன்றி" என்று, வானகத்திலிருந்து கவியரசர் வாழ்த்துவது எனக்கும் கேட்கிறது.

அன்புடன்,
இராம. கண்ணப்பன்
தொகுப்பாசிரியன்

சென்னை
14-4-82

பொருளடக்கம்

பகுதி: ஒன்று

உணர்வுகள் பாடுதும்

வ.எண்		பக்கம்
1.	மானிடமும் ஈஸ்வரமும்	23
2.	தேராமானிடம் தேறுவதெவ்விடம்?	26
3.	மீண்டும் பிறந்தால்...	28
4.	குத்துவிளக்குப் பாடுகிறது	31
5.	வேண்டும், வேண்டும்!	35
6.	தலைவனைத் தேடி	38
7.	வாய்ப்பு	41
8.	கார்காலத் துவக்கத்தில்	43
9.	சுயதரிசனம்	45
10.	சிறிய சுயசரிதம்	47
11.	சாரமிருக்குதம்மா	50
12.	அபூர்வப் புன்னகை	52
13.	தவக்கோலம்	54
14.	அறம்பாடினேன்	57
15.	நீதி கேட்கிறேன்	60
16.	ஆணவம் அழியும்	63
17.	மார்கழி	66
18.	கரணங்கள் காரணங்கள்	69

பகுதி: இரண்டு
தெய்வதம் பாடுதும் - I

19.	விநாயகர்	75
20.	இதயமே, கந்தவேளே!	76
21.	பாடுங்கள், நாடுங்கள்	78
22.	வணிகர் குலத்து...	81
23.	கிட்டாதன கிட்டும்	83

கண்ணனை வேண்டுதும் - II

24.	கண்ணன் என் தெய்வம்	87
25.	திருமலையின் தனியரசன்	94
26.	சீட்டுக் கவி	96
27.	மனு	99
28.	ஸ்ரீகிருஷ்ண பாமாலை	103
29.	ஸ்ரீகிருஷ்ணகாந்தன் பாமாலை	107

சக்தி போற்றுதும் - III

30.	சக்தி	117
31.	கற்பகாம்பிகை	118
32.	சிங்காரத் தென்மதுரை அங்கயற்கண்ணி	120
33.	திருச்சானூர்(த்) திருக்கோலம்	123
34.	மாங்காடு ஸ்ரீகாமாட்சி மகிமை	125
35.	மூகாம்பிகை	129
36.	மலையரசி நீ சாட்சி	130
37.	தேவியே!	134
38.	பண்ணாரி மாரியம்மன்	136
39.	மழைபொழி மாரியம்மா!	140
40.	காவேரி போற்றி!	142
41.	பாமாலை	144
42.	மாதா	149

பகுதி: மூன்று

தேசம் போற்றுதும் அமரர்கள் போற்றுதும்

43.	தேசத்தை ஒன்றாய் வைப்போம்	153
44.	ஏற்றுங்கள் போற்றுங்கள்	155
45.	பூங்கிளிக் கூடு	157
46.	சுதந்திரச் சிறகுகள்	159
47.	மூன்று சகாப்தங்கள்	162
48.	சுதந்திரத்தைத் தேடுகிறேன்	164
49.	சாத்தானுக்கு விண்ணப்பம்	167
50.	காந்தி, நீ பிறக்க வேண்டாம்!	170
51.	நேர்மை பிறந்த நாள்	173
52.	சரித்திர நதியில்...	176
53.	ராஜா இல்லாத ரோஜாக்கள்	179
54.	நேருவின் நினைவே..	182
55.	தரம்மிக்க கதைகள் யாத்தார்!	184
56.	சரத்சந்திரர்	185
57.	பாரதி	187
58.	மரணத்தை வென்ற மகாகவி	191
59.	காலத்தால் நிலைத்த கவி	193
60.	பாட்டாளியின் முதற் குரல்	195
61.	அவனோர் அற்புத ராகம்!	197
62.	நினைவு	199
63.	புகழ்க்கோ	200
64.	30 வரிகள்; 54 வருஷங்கள்!	201
65.	தேவர் பெருமானே, திரும்பிவர மாட்டீரா?	203
66.	தமிழுக்கு ஒருவன்	205

பகுதி: நான்கு

நல்லன போற்றுதும்

67.	மரபு காப்போம்	209
68.	பொலிக புதியன	210
69.	வருவன; போவன!	212
70.	பொலிக மாதோ!	214
71.	புதியன பொலிவதாக	215
72.	நல்ல கொள்கைக்கு நன்றி...	217
73.	வாழ்வாங்கு வாழ்ந்த குலமே	219
74.	ஏக்கம்	224
75.	ஞானக்கண்	227
76.	கனலைத் தடுக்க...	229
77.	சங்கம் வாழ்க!	230
78.	கவிஞர் பெருமன்றம்	231
79.	சமயம்	233
80.	கடவுளுக்கு நன்றி	236
81.	புதியதோர் உலகு செய்வோம்	239
82.	தமிழோடிருப்பவர்கள்	244
83.	தாளம் அறிவோம்...	255
84.	கறை இலா அரசு	259

பகுதி: ஐந்து

இசைப்பா

85.	ஆதிமூலம் எது அம்மா?	263
86.	எனது நாடு	266
87.	பாப்பாவுக்கு மாமா	269
88.	குழந்தை வளர்ப்பு - I	271
89.	குழந்தை வளர்ப்பு - II	273
90.	புகையும் பகையும்	275

91.	மது - I	277
92.	மது - II	279
93.	முன்னேற...	281
94.	இசை	284
95.	ஒலியும் ஒளியும்	285
96.	கண்ணன் பெயரைச் சொல்லி	287
97.	சீல மாதவா!	289
98.	மலைநாட்டில்	292
99.	சர்வோதயம்	294
100.	தமிழன் I	296
101.	தமிழன் II	298
102.	தமிழன் III	300

பகுதி: ஆறு
புதிய பதங்கள் - 9

103 - 111 305

பகுதி: ஏழு
பல்சுவை பாடுதும்

112.	இரவுகள்	323
113.	மனைவி	327
114.	போட்டியில்லா மந்திரி	328
115.	திருமண மந்திரம்	331
116.	ஒரு இளைஞனின் இதயக் குமுறல்	333
117.	பழைய பாணியில் ஒரு தூது	334
118.	தெய்வம் தந்த தோழி	336
119.	காதலுக்கோர் கல்லறை	338
120.	அவள் சமூகம் முன்னேறி விட்டது	341
121.	50	345
122.	சிரிக்க - சிந்திக்க	347
123.	தத்துவ நிலவு	353
124.	மீண்டும் எம்முடன்...	355

பகுதி : ஒன்று

உணர்வுகள் பாடுதும்

பாவை - சந்து

அவர்கள்
வாழ்டும்

மானிடமும் ஈஸ்வரமும்

ஆறிலே பிள்ளைகள் ஆடலும் பாடலும்
ஆனந்தக் கூத்துமாய் வாழும்
ஆறிரண் டானபின் பள்ளியும் பாடமும்
ஆரவா ரங்களும் சூழும்
ஏறுமோர் வயதுதான் இருபதை எட்டினால்
எண்ணிலாக் காதலில் ஆழும்
தாறுமா றானதோர் வாழ்க்கையை வாழ்ந்தபின்
தன்நினை வெண்ணியே வாடும்!

காலமாற் றங்களால் கணிதமாற் றங்களும்
கவனமாற் றங்களும் நேரும்
கோலமாற் றம்வரும் குணத்தில்மாற் றம்வரும்
கொள்கைமாற் றம்வந்து சேரும்
ஞாலமே பெரிதாய் சிறியதாய் மோசமாய்
நல்லதாய்க் கெட்டதாய்த் தோன்றும்
வாலிலாக் குரங்குபோல் வாழ்ந்தநாள் வாழ்ந்தபின்
வாழ்ந்ததை எண்ணியே வாடும்!

கவிஞர் கண்ணதாசன் கவிதைகள்

விதையிலே சிறியதாய் வளர்ந்ததும் பெரியதாய்
விண்ணுயர் மரங்களைக் கண்டோம்
கதையிலே மரங்களின் வாழ்விலும் பல்வகை
கவலைகள் உண்டெனக் கண்டோம்
முதலிலே பசுமையாய் முடிவிலே பட்டதாய்
முழுமோர் விறகுமாய் மாறி
சிதையிலே அமர்ந்திடும் மரங்களும் மனிதனும்
தேவனின் லீலைகள் அலவோ!

எண்ணுவோம் தேடுவோம் எண்ணுதல் தேடுதல்
என்றும்நம் உரிமைகள் எனவே
நண்ணுமோர் நன்மைகள் தீமைகள் யாவையும்
நாயகன் செய்கைவே றிலையே
உண்ணுதல் ஈஸ்வரன் உறங்குதல் ஈஸ்வரன்
உயர்வதும் தாழ்வதும் அவனே
விண்ணுயர் மாளிகைச் செல்வனும் வாழ்க்கையில்
வேறென்ன செய்வதோ இதிலே!

ஏழாவது தொகுதி

தோன்றுவான் மானிடன் தோற்றிலான் நாயகன்
தொடர்புண்டாம் இவைஇவை இடையே
ஊன்றுகோல் மானிடம் உள்விழும் பள்ளமே
உயர்ந்ததோர் நாயகன் கதையே
சான்றுகேட் பார்க்கெலாம் ஒன்றைநான் காட்டுவேன்
சாவினை வென்றவர் இலையே
ஈன்றவள் ஒருத்திபோல் எடுப்பவன் ஒருவனாம்
இதன்பெயர் ஆண்டவன் விதியே!

***

தேராமானிடம் – தேறுவதெவ்விடம்?

மானிடச் சாதிஇம் மண்ணிற் பிறந்து
காலங்கள் பல கழிந்தன, அறிவோம்.
தொல்காப் பியன்முதல் சோழன் சேரன்
பல்லவ நாடன் பாண்டியன் வரைக்கும்
ஆங்கி லேயரும் ஆற்காட்டு நவாபும்
கத்திஇல் லாமல் கணக்கினை முடித்த
காங்கிர சாரும் கட்டிய ஆட்சிகள்
நடந்ததை அறியும் நமது தலைமுறை
இத்தனை காலமும் இல்லாத மயக்கம்
இந்நாள் மானிடச் சாதியை இயக்கும்.
உண்மை அன்பு உயர்ந்த அறங்கள்
கற்றுத் தரும்ஓர் கடைச்சரக் காயின!
விற்றுத் தருவது விந்தைஎன் றானது!
தோன்றும் போதே சுடரொளி யாக
தோன்றும் மானிடம் தோற்றது எவ்விடம்?
பட்டணம் காட்டும் பரபரப் பாலும்
பல்வகை நாக ரீகப் படிப்பிலும்
கொட்டகை நிரம்பும் கூத்திலும் பாட்டிலும்
பண்டைய பெருமைகள் பாழாய்ப் போயின.

ஏழாவது தொகுதி

தத்துவ ஞானச் சரித்திர மெல்லாம்
மெத்தைக் கடியில் விழுந்து கிடக்கவும்
புத்தி தராத புத்தகப் படிப்பில்
போதை மிகுத்து வாலிபம் போகவும்
என்னென்ன கூத்தோ! என்னென்ன கூத்தோ!
காதல் என்பதும் கண்ணியம் கெட்டது
காசாசை அதும் கருணையை விட்டது
பெரியோர் சிறியோர் பேதம் ஒழிந்தது
அன்பு என்பதே அவதியில் விழுந்தது
ஆடுமா டுகள்போல் மானிடம் அலைந்தது
யாரைச் சொல்லி யாரிடம் சொல்லி
தேறுவ திந்தத் தேரா வாழ்க்கையை?
ஒருமணி நேரம் ஊமையாய் இருங்கள்
சிலமணிப் பொழுது செவிடாய் இருங்கள்
மூன்றுநா ழிகைகள் முடமாய் இருங்கள்
கூடுமான வரை குருடாய் இருங்கள்
ஒருநாட் பொழுது ஓடிக் கழியும்!
இப்படியே தினம் இருந்துகொண் டிருந்தால்
மரணம் வரும்வரை மனிதனாய் வாழலாம்!

✵✵✵

மீண்டும் பிறந்தால்...

உள்ளெலாம் வெளியெலாம் உணர்வெலாம் நினைவெலாம்
உலகெலாம் அளந்தஎன் நெஞ்சம்
வெள்ளமாய்(த்) தென்றலாய் வேகமாய் மேகமாய்
வியப்புறச் சென்றஎன் ஆசை
பள்ளமாய் மேடுமாய்(ப்) பழியுமாய்(ப்) புகழுமாய்
பல்துறை சென்றஎன் வாழ்க்கை
கள்ளமோ வஞ்சமோ கபடமோ இன்றியே
கடந்ததோர் தலைமுறை தாயே!

மற்றுமோர் பிறவிஇம் மன்பதைக் கூட்டிலே
வருவனென் றவன்நினைப் பானேல்
நற்றவம் செய்தவர் பிள்ளைஇல் லாதவர்
நன்மனை பிறத்தல்யான் வேண்டும்
கற்றவர் மிக்கதோர் கனிவுறும் மண்ணிலே
கைதவழ்ந் தாடிடல் வேண்டும்
பிற்றைநாள் வரையிலும் பெண்டுபிள்ளை எனும்
பிழைஇலா திருந்திடல் வேண்டும்!

ஏழாவது தொகுதி

மானிடப் பிறவியின் விதியினில் இல்லையேல்
 வாழையாய்த் தோன்றிடல் வேண்டும்
தேனுலாம் காய்கனி தண்டிலை யாவையும்
 தியாகமாய் மலர்ந்திடல் வேண்டும்
வானிலா ஒளியிலும் மழையிலும் காற்றிலும்
 வாழ்ந்துநான் ஒளிவிடல் வேண்டும்
ஊனிலாப் பிறவியே உயர்வெனத் தோன்றுமேல்
 உத்தமன் இவைசெயல் வேண்டும்!

பந்தபா சங்களால் தூக்கமும் சோறுமே
 பகைஎனக் கொண்டதே வாழ்க்கை
வெந்துநான் வாழ்கிறேன்; வெந்துதான் போகிறேன்
 வெந்துபோய் அழிவதே யாக்கை;
சொந்தமோ சுற்றமோ தோழமைக் கூட்டமோ
 சோற்றினுக் கலையுமோர் காக்கை
இந்தவோர் வாழ்க்கையை இன்னுமோர் தடவையான்
 ஏற்பதற் கில்லைஎன் தாயே!

கயிலைவாழ் சிவனுடன் கற்பகத் தருவெனக்
கனிந்தபின் கைஎனைக் காக்க
மயிலைவாழ் கற்பகம் மதுரைவாழ் கயல்விழி
மகன்முகம் ஓர்முறை பார்க்க
தயைவிசா லாட்சிஎன் அன்னையே உன்னுடன்
தங்கமா மகனைநீ சேர்க்க
அயர்விலாக் கொடிகள்போல் மறுபிறப் பதனில்யான்
ஆயிரம் பூக்களைப் பூக்க!

***

ஏழாவது தொகுதி

குத்துவிளக்குப் பாடுகிறது

நற்குடிப் பிறத்தல் வேண்டும்
    நல்லவை நினைத்தல் வேண்டும்
பொற்குவை நினையா னாகப்
    பொருளையும் துறத்தல் வேண்டும்
தற்பெரும் புகழைப் பேசி
    தலைதருக் காமை வேண்டும்
இப்பெரும் மனிதன் தானே
    இயற்கையில் கவிஞன் ஆவான்!

கற்பனை வளர்தல் வேண்டும்
    கவிநயம் பிறப்பில் வேண்டும்
சொற்பொருள் அறிவும் வேண்டும்
    சுவைபட உரைத்தல் வேண்டும்
பற்பல கருத்தும் கூறும்
    பான்மையை வளர்த்தல் வேண்டும்
இப்பெரும் மனிதன் தானே
    இயற்கையில் கவிஞன் ஆவான்!

ஆண்மையும் அறமும் வேண்டும்
அஞ்சுவ தஞ்சல் வேண்டும்
கேண்மையும் உறவும் கண்டால்
கிளர்ச்சிகொள் மனமும் வேண்டும்
வாளெடும் போரில் நல்ல
வலிமையைக் காட்டல் வேண்டும்
தூணென நிற்கும் இந்தத்
தூயனே வீரன் ஆவான்!

அவையினை அறிதல் வேண்டும்
அடக்கமும் பணிவும் வேண்டும்
இவைஇவை மொழிதல் ஒன்றே
இயற்கையென் றறிதல் வேண்டும்
சுவையுள வார்த்தை கேட்டு
அவையினர் சொக்கல் வேண்டும்
எவனிவை படைக்கின் றானோ
இயற்கையில் அறிஞன் ஆவான்!

ஏழாவது தொகுதி

குலங்கெடு பிறப்பு நாசம்
குணக்கேடு தீய சொற்கள்
நலங்கெடு மனத்தின் போக்கு
நன்றிஇல் லாத வாக்கு
இலங்குமோர் தெளிவில் லாமை
எவரையும் எறிந்து பேசல்
துலங்குவான் இவர்க ளோடும்
தொடர்புள மனித னன்று!

நான்கண்ட தலைவர் பல்லோர்
நல்லுயர் கவிஞர் பல்லோர்
வான்கொண்ட புகழைப் பெற்று
வாழ்ந்திட்ட அறிஞர் பல்லோர்
மான்கொண்ட கண்ணே வாளாய்
மதிக்கின்ற வீரர் பல்லோர்
ஏன்கண்டேன் இந்த நாட்டார்
இவர்களை மதித்தா ரில்லை!

கவிஞர் கண்ணதாசன் கவிதைகள்

நெருப்பினை 'நிலவே' என்பார்
நீசனைத் 'தலைவா' என்பார்
கருப்பினை 'வெண்மை' என்பார்
கழுதையை 'யானை' என்பார்
உருப்படா தவனை யெல்லாம்
உயரத்தில் ஏற்றி வைப்பார்
செருப்பையே மதிக்கும் இந்தத்
தேசத்தில் பிறந்தேன் பாவி!

✻✻✻

வேண்டும், வேண்டும்!

குன்றென நிற்றல் வேண்டும்
குடைஎனப் பணிதல் வேண்டும்
மன்றினில் உயர்தல் வேண்டும்
மனதினில் அமைதி வேண்டும்;
நன்றென நினைப்ப தெல்லாம்
நடத்திடும் துணிவு வேண்டும்
அன்றெனில் உலகை விட்டே
அக்கணம் அகல்தல் வேண்டும்!

முறையுள செல்வம் வேண்டும்
முனிவிலா நண்பர் வேண்டும்
நிறையுள மனையாள் வேண்டும்
நிகரிலாக் குழந்தை வேண்டும்;
கறையிலாப் புகழும் வேண்டும்
கலக்கமில் உடலும் வேண்டும்;
பெறும்இவை இல்லை என்றால்
பேருல கடைதல் வேண்டும்!

காலையில் படுக்கை விட்டு
கண்விழித் தெழும்நே ரத்தில்
சோலையின் மலரைப் போல
தூயதோர் மனமும் வேண்டும்;
மாலையில் தென்றல் வந்தால்
மயங்கிடும் உடலம் வேண்டும்;
ஏலுமிவ் வாழ்க்கை இன்றேல்
இறைவனை அடைதல் வேண்டும்!

யந்திர மனிதன் போல
அடிகளை எடுத்து வைத்து
மந்திரம் படித்தாற் போல
மனதினுள் முணுமு ணுத்து
சந்தன மரத்தைப் போல
தான்தேய்ந்து பிறர்க்குத் தந்து
வெந்துபோய் அழிவ தென்றால்,
வீணான பிறப்பே யன்றோ!

ஏழாவது தொகுதி

'தோன்றுக புகழோ' டென்று
 சொன்னது தமிழ் நூல் அன்று!
'ஆன்றவன் அறிஞன்' என்று
 அனைவரும் போற்று மாறும்,
ஈன்றவர் மகிழு மாறும்
 இனியதோர் வாழ்வைக் கேட்டேன்;
சான்றென நிற்கும் தெய்வம்
 இனிமேலும் தருதல் வேண்டும்!

✳✳✳

கவிஞர் கண்ணதாசன் கவிதைகள்

தலைவனைத் தேடி...

எனதுவானத்தில் எண்ணிலா மீன்கள்
எனதுதோட்டத்தில் எங்கெங்கும் பூக்கள்
புனிதமா நதிகள் பொலிந்திடும் மணிகள்
மனிதஜாதியில்நான் மகத்தான தத்துவம்
 ஆயினும் என்ன மானிடரே;
 அமைதியைத் தேடி அலைகின்றேன்!

கனவினில் எழுந்த கவிதைகள் கோடி
நினைவினில் மலர்ந்த நிலைஒரு கோடி
மனதினில் எழுந்த மாபெரும் மொழிகள்
இனிதாய்ப் புதிதாய் எளிதாய்ப் பிறந்தன
 ஆயினும் என்ன மானிடரே;
 அமைதியைத் தேடி அலைகின்றேன்!

காலமா கடலைக் கடக்கும் தோணிநான்
கற்பனை உலகின் கரைகளைக் கண்டவன்
கானம் கலைஎந்தன் கைவண்ணமாகும்
நானும் இறைவனும் நண்பர்க ளாவோம்
 ஆயினும் என்ன மானிடரே;
 அமைதியைத் தேடி அலைகின்றேன்!

ஏழாவது தொகுதி

தொட்டவை யெல்லாம் தொழிலாய் மலர்ந்தன
பட்டவை யெல்லாம் பசுமை எய்தின
எட்டா தனவெலாம் என்கையில் எட்டின
கிட்டா தனவெலாம் கிட்டின; கிடந்தன
    ஆயினும் என்ன மானிட ரே;
    அமைதியைத் தேடி அலைகின் றேன்!

இமயம் வரைக்கும் என்பெயர் தெரியும்
குமரிக் கடலும்என் குணம்சொலி ஆடும்
அமெரிக்க வானம்என் அருமையைப் பாடும்
எனையன்றிப் பூமியில் எவரும்பிறந் திலர்
    ஆயினும் என்ன மானிட ரே;
    அமைதியைத் தேடி அலைகின் றேன்!

தொல்காப் பியனுக்கும் சூத்திரம் சொல்வேன்
நல்காப் பியங்களை நானே வடிப்பேன்
பல்காப் பியங்களில் பரந்துநான் நிற்கிறேன்
ஒல்காப் பெரும்புகழ் உடையவன் நானே
    ஆயினும் என்ன மானிட ரே;
    அமைதியைத் தேடி அலைகின் றேன்!

தாயார் பெற்றுத் தாலாட்டி வளர்த்து
சம்சாரம் கையில் தந்துபோய் விட்டாள்
நோயார் உடம்பில் நுழைந்து நிறைந்தனர்
நான்யார் என்பதை நானே அறிந்தனன்
    ஆயினும் என்ன மானிட ரே;
    மாயனை நினைத்தே மயங்குகிறேன்!

காலடிச் சுவடுகள் கரையே றட்டும்
ஆலிலை நூல்பல அரங்கே றட்டும்
மாலவன் முடியில்நான் மணியா கட்டும்
காலமாய் நின்றுநான் கவிபா டட்டும்
    தாயினும் பெரிய மானிட ரே;
    தலைவனைத் தேடி அலைகின் றேன்!

✸✸✸

வாய்ப்பு

அயர்விலா உழைப்பும், மற்ற
அரசியல் நெறியும் மிக்கான்;
மயலுறப் பெண்கள் கூடும்
மார்பகச் சிறப்பும் மிக்கான்;
நயமிகும் தொண்டி னாலே
நாட்டினை வாழ வைத்த
தயரதன் போல நல்ல
தந்தையும் வாய்க்க வேண்டும்!

மாகலை ஞானம் கல்வி
மறப்புகழ் அறத்தின் தேர்வு
ஓர்கணை உலகை வெல்லும்
உவமைஇல் லாத வீரம்
சீர்கொளத் தந்தை சொல்லை
சிரத்தினில் வைத்த வீரன்
இராகவன் போல வாழ்வில்
மைந்தரும் இருக்க வேண்டும்!

கவிஞர் கண்ணதாசன் கவிதைகள்

இலக்குவன் போலத் தம்பி
    இலங்கையன் தம்பி மற்றும்
கலக்கமில் குகனைப் போன்று
    கைதரும் தோழர் வாய்த்தால்
மலைக்கனம் தன்னைக் கூட
    மடியினில் தூக்கிச் செல்வோம்;
இலக்கணம் போன்ற வாழ்வை
    எய்தியே உயர்ந்து வாழ்வோம்!

வாழ்வது பெரிதே யல்ல
    வாய்ப்பது வாய்த்தால் எந்தத்
தாழ்வுமில் லாமல் வாழ்வோம்
    ஜானகி - ராமன் போல!
ஆழ்கடல் தன்னைக் கூட
    அடக்கலாம் கைக ளாலே!
ஊழ்வினை உதவ வேண்டும்
    உலகமே கையில் நிற்கும்!

✳✳✳

ஏழாவது தொகுதி

கார்காலத் துவக்கத்தில்

சுகமான சங்கீதம் நான்பாடி நான்பாடி
சொர்க்கத்தைக் காணு கின்றேன்
சுவையான உலகத்தில் நடமாடி நடமாடி
சுயதர்மம் பூணு கின்றேன்
தகவான உள்ளத்தை மெதுவாக மெதுவாக
தனிமைக்கு ஓட்டு கின்றேன்
தனியாக ஒருவீட்டில் நடைபோட்டு நடைபோட்டு
சந்தோஷம் எய்து கின்றேன்!

இகவாழ்வில் என்நெஞ்சில் புதிதான புதிதான
எண்ணங்கள் எய்து கின்றேன்
எதிர்கால வாழ்வுக்குச் சரியான சரியான
இடமொன்று தேடு கின்றேன்
அகமெங்கும் குளிர்கின்ற துறவொன்றை நான்காணும்
அந்நாளை நெருங்கி விடுவேன்
ஆதிமலர் நாயகனின் வேதமலர்த் திருவடியில்
அருட்பாக்கள் சூடி விடுவேன்!

காவேரி ஓரத்தில் சில்லென்ற குளிர்காற்று
கவிபாடும் அந்த இடமே
கார்காலத் துவக்கத்தில் நான்போக நினைக்கின்ற
கனிவான அன்பு நிலமே
தூவானம் இளம்மேகம் எழில்பொங்கும் தொடர் குன்றம்
சுதிகூட்டும் இன்ப வனமே
சுற்றங்க ளில்லாத பற்றற்ற நிலையோடு
துணையாகும் எந்தன் மனமே!

பாவாணர் சிலர்போலப் பெருங்காப் பியம்கண்டு
பண்பாடும் அந்த நிலையே
பலகால ஆசைக்கு முடிவான முத்தாரம்
இதிலென்றும் மாற்ற மிலையே
மூவாத வயதொன்றும் முடியாத உயிரொன்றும்
முறையாகத் தந்து எனையே
காவாது காக்கட்டும் கண்ணன் அருள்என்று
கனிவோடு வேண்டு கவியே!

***

ஏழாவது தொகுதி

சுயதரிசனம்

கோடையிலே வெய்யில் கொளுத்துகின்ற நாள்பார்த்து
ஓடையிலே நீர்தேடி ஓடுகின்ற மானினங்காள்!
வானிடையே மேகங்கள் வாராத காலமதில்
ஞானமிலாச் சங்கீத நடமாடும் மயிலினங்காள்!
ஆனியிலே விதைவிதைத்து அவசரத்தில் நீர்பாய்ச்சி
ஆடியிலே வாளெடுத்து அறுவடைக்குச் செல்வோரே!
தேன்இல்லாக் காகிதத்தைத் தேடி அமர்ந்துவிட்டு
தேனெடுத்து விட்டதுபோல் திரும்பிவரும் வண்டுகளே!

காலமறி யாதவர்க்குக் காயேது, கனியேது?
ஞாலமறி யாதவர்க்கு நாளேது, பொழுதேது?
விதைக்கும் விதைமுகமே விளைகின்ற பயிர்முகங்கள்
வினையளவும் அவ்வளவே; வீண்புலம்பல் லாபமில்லை!
சத்தியத்தை உன்வீட்டுத் தலையணையில் வைத்திருந்தால்
தத்துவங்கள் காலடியில் தானாக வந்துநிற்கும்!
செய்வதைநீ செய்து திறமையுடன் வாழ்ந்திருந்தால்
தெய்வமெலாம் கைகட்டிச் சேவகமும் செய்திருக்கும்!

ஓடுவது காட்டுவழி; உறங்குவது வெட்டவெளி;
தேடுவது புகழானால் சிறிதளவும் கிடைக்காது!
ஏரில்லா விவசாயி; எருமைஇல்லா பால்காரன்
தேரில்லாத் திருக்கோவில் தேம்பித்தான் அழவேண்டும்!
கற்பனையில் நீராடி கனவில் உடை உடுத்தி
அற்புதங்கள் காண்பதிலே ஆனந்தம் என்ன உண்டு?
எந்தஊர் செல்லுகிறோம் என்பதைநீ கண்டால்தான்
அந்தஊர் போகும்வழி அறிந்துகொள்ள முடிந்துவிடும்!

செல்லும் பயணத்தில் திட்டமில்லை என்றுசொன்னால்
கல்லோடு முள்ளும்உன் காலை உறுத்திவிடும்!
நாளை அறிந்தவர்க்கும் நல்வழி கண்டவர்க்கும்
வேளை பிறப்பதுண்டு! விருந்தும் கிடைப்பதுண்டு!
கூத்தாட் டரங்கத்துக் கோமாளி போலிருந்தால்
பார்த்தால் சிரிப்புவரும்; பசித்தபசி தீராது!
ஆத்தாளோ பெற்றுவிட்டாள், அப்பன் வினைப்பயனாய்!
காத்தாளும் ஈசனவன் கண்ணுக்குத் தெரியவில்லை!

நம்மைநா மேநடத்தி நல்லவழி கண்டுகொண்டால்;
உண்மை துணைக்குவரும்; உதவிக்கு தெய்வம்வரும்!
கோவிலுக்குச் சென்று கூத்தாடத் தேவையில்லை
கும்பிடும் ஓர்தெய்வம் கொள்ளையெனக் கண்டுகொள்!

✻✻✻

ஏழாவது தொகுதி

சிறிய சுயசரிதம்

ஆசை வெட்கம் அச்சம் துன்பம்
பாசம் பற்று பதவி உதவிக்
காதல் கடமை கவனம் மறதி
ஈதல் பெறுதல் ஏற்றம் இறக்கம்
எத்தனை எத்தனை படிகளில் ஏறி
இத்தனை வயதை எய்திவிட்டேன் நான்!

கடவுள் ஒருநாள் கல்லென் றவனும்
கல்லை ஒருநாள் கடவுளென் றவனும்
உண்டென் றதனை இல்லையென் றவனும்
இல்லையென் றவனை உண்டென் றவனும்
உயர்பெரும் தரணியில் ஒருவன் ஒருவனே
நானே என்பதை நன்றாய் அறிவேன்!

ஆற்றிலும் குளித்தேன் சேற்றிலும் குளித்தேன்
காற்றில் பறந்தேன் கல்லிலும் நடந்தேன்
ஊற்றுப் புனலில் ஒளியினைக் கண்டேன்
மாற்றுப் பொன்னிலும் மாசினைப் பார்த்தேன்
பார்த்தது கோடி பட்டது கோடி
சேர்த்தது என்ன? சிறந்த அனுபவம்!

அறிவும் தெளிவும் ஆய்ந்திடும் பண்பும்
தணியாக் கல்வித் தாகமும் விடுத்து(க்)
கற்றேன் சிலநூல் கற்றவை யெல்லாம்
மற்றவர்க் கெனவே வடித்துவைக் கின்றேன்
பெற்றவை என்ன? பேரும் புகழும்!
பெறப்போ வதுவோ பெரியவன் பாதம்!

வேதம் கீதை விளங்குப நிடதம்
ஆதித் திருக்குறள் அற்புதக் கம்பன்
எத்தனை கற்றும் ஏறி இறங்கியும்
தன்னைப் பற்றிஓர் தனியா ராய்ச்சி
நடத்திக் கொள்பவன் நல்வினை யடைவான்
என்னைப் பற்றியான் எண்ணிடுங் காலை
சிரிப்பும் அழுகையும் சேர்ந்தே பிறக்கும்!

ஏழாவது தொகுதி

மனைவிய ரென்றும் மக்கள் என்றும்
துணைவர்க ளென்றும் தோழர்க ளென்றும்
நன்மை தீமைகள் நாலும் பார்த்தவன்;
மென்மை வன்மை மேன்மைகள் கண்டவன்;
புண்ணும் புஷ்பமும் பூத்த திருமகன்
கண்ணுக் காகவே காத்திருக் கின்றான்!

காலம் வருமுன் காலனும் வருமுன்
காணும் உறவினர் கதறியே அழுமுன்
ஆலம் விழுதால் ஆயிரம் விழுதுகள்
எழுதி எழுதி என்னையான் ரசிப்பேன்
யானே யானாய் எனக்குள் அடங்கினேன்
வானும் மண்ணும்என் வாழ்வைஎன் செய்யும்?

***

சாரமிருக்குதம்மா!

அழகுமணி இலைஉதிரும் இளையகனி மரங்கள்
குழையும்மலர்க் கொடிகளோடு கூத்தாடும் மயில்கள்
மழையுதிரும் முகில்கள்விளை யாடுமொரு மன்றம்
எழிற்கவிஞன் ஆடிவர எண்ணமுறும் சங்கம்!

தத்தைவரக் கண்டவுடன் தாவிவரும் அணில்கள்
சித்திரம் நடந்ததெனச் சேர்ந்துவரும் மான்கள்
புத்தமுத மாகஉடல் பூசும்இளங் காற்று
அத்தனையும் வேண்டுவது ஆசையுள நெஞ்சு!

வானளவு சோலைஅதில் வண்ணமலர் மாலை
தேனளவு பார்த்தபடி வண்டுலவும் வேளை
ஞானமுனி வோர்கள்நிலை நானடைய வேண்டும்
மோனஇசை பாடிஅதில் மோகமுற வேண்டும்!

காணிநிலம் வேண்டுமெனப் பாரதி கனிந்தான்
ஏணிஇலை பாவம்; அவன் ஏறவழி இல்லை
தோணிதனில் மாகடலைச் சுற்றிவரும் எண்ணம்
வீணென முடிந்துவிடில் வாழ்ந்தகதை வீணே!

ஏழாவது தொகுதி

ஆளரவ மற்றதொரு அற்புத இடத்தை
நாள்முழுதும் தேடிமனம் நாடிஅலை கின்றேன்
ஊழ்வினையில் அந்தசுகம் உண்டென நினைத்தே
வாழுகிறேன் இறைவனொரு வாசல்தர வேண்டும்!

ஈட்டியது கொஞ்சமல என்னபலன் மீதம்
காட்டுவதைக் காட்டியவன் கண்பறித்துக் கொண்டான்
வாட்டியது போதுமடா வஞ்சமிலாக் கண்ணா
காட்டுவழி காட்டுஅதில் காதலுறு கின்றேன்!

தனிமைஒரு தனிமைஅதில் தத்துவங்கள் கோடி
இனிமைஇது இனிமைஎன இன்னிசைகள் பாடி
பனிமலர்கள் மயில்களுடன் பந்துவிளை யாடி
கனிவகைகள் உண்ணவொரு காலம்வரு மோடி!

***

அபூர்வ புன்னகை

மெல்லச் சிரித்தாள் - எனை
வெல்லச் சிரித்தாள்!
மேகலை ஓசையில் தாளம் பிறந்திட
மோக சுகம்எனும் போதை மிதந்திட
மெல்லச் சிரித்தாள் - எனை
வெல்லச் சிரித்தாள்!

துல்லிய பட்டுத் துணியில் வைரங்கள்
அள்ளி எடுத்து அடுக்கிய போலவும்
முல்லைக் கொடிஒன்றில் முற்றும் அரும்புகள்
பல்லென வந்தெனைப் பார்ப்பது போலவும்
மெல்லச் சிரித்தாள் - எனை
வெல்லச் சிரித்தாள்!

கன்னத்தின் ஓரத்தில் சின்னக் குழிவிழ
மன்னன் மகுடங்கள் வாயித மாய்விட
கன்னல் பிழிந்ததில் சாறு கலந்திட
என்னைக் கவர்ந்திட ஏக்கம் பெருகிட
மெல்லச் சிரித்தாள் - எனை
வெல்லச் சிரித்தாள்!

ஏழாவது தொகுதி

செம்பொன் மயிலென சின்ன நடையிட்டு
கும்ப தனங்களில் குத்து விளக்கிட்டு
அம்பு விழிகளில் ஆனந்த நஞ்சிட்டு
செம்பவ ளப்பெட்டி சித்திரப் பூங்குட்டி
மெல்லச் சிரித்தாள் - எனை
வெல்லச் சிரித்தாள்!

மூடிய ஆடைகள் மோகனம் பாடிட
ஆடிய கிண்கிணி தண்டை குலுங்கிட
கோடியி லேயொரு கோவிற் சிலையென
கூடி இருக்கையில் கொஞ்சிக் கிடக்கையில்
மெல்லச் சிரித்தாள் - எனை
வெல்லச் சிரித்தாள்!

கட்டி அணைத்தொரு முத்தம் களிக்கையில்
கட்டழ கில்எந்தன் சித்தம் வயிக்கையில்
ஒட்டிய கன்னங்கள் ஊர்க்கதை சொல்கையில்
தட்டிக் கொடுத்தொரு தாலாட்டுப் பாடியே
மெல்லச் சிரித்தாள் - எனை
வெல்லச் சிரித்தாள்!

* * *

தவக்கோலம்

செங்கய லோடி விழுந்த விழிக்கொரு
    சித்திரம் தீட்டுகிறாள் - சிறு
பங்கயம் என்ற முகத்தில் ஒளிக்கதிர்
    பாய்ந்திட விம்முகிறாள்
மங்கலக் குங்கும ரேகையில் ஓர்விரல்
    வைத்து நகர்த்துகிறாள் - கனி
பொங்கிய வாயிதழ் காட்டி எனக்கொரு
    போதையை ஊட்டுகிறாள்!

வாலிபம் என்ற வலைக்குள் இழுத்தெனை
    வஞ்சி நடத்துகிறாள் - திரு
ஆலிலை மீதொரு மேகலை ஆடிட
    ஆடி மினுக்குகிறாள்
நூலிடை மீது குடத்தினை வைத்ததில்
    நோயினை ஊற்றுகிறாள் - குணம்
நாலையும் மேடைக ளாக்கி அதில்ஒரு
    நர்த்தன மாடுகிறாள்!

* * *

ஏழாவது தொகுதி

அஞ்சிய பார்வையில் ஆசை வளர்த்தெனை
அஞ்சவும் சொல்லுகிறாள் - அவள்
கொஞ்சிய பாஷையில் ஓடிய வார்த்தையைக்
கூட்டியும் காட்டுகிறாள்
வஞ்சி விரித்த கரங்களிலே எனை
வாவெனக் கெஞ்சுகிறாள் - மித
மிஞ்சிய போதையில் கண்கள் சிவந்திட
வேதனை கொள்ளுகிறாள்!

இத்தனையும் அவள் செய்தது போல்மனம்
எண்ணி மயங்குகிறேன் - அதில்
எத்தனை கற்பனை எத்தனை கற்பனை
ஏங்கி உறங்குகிறேன்
தத்துவ மாக மலர்ந்தஎன் தோகையைச்
சந்திக்க எண்ணுகிறேன் - அந்தச்
சித்திர மோஎனை விட்டுப் பிரிந்தனள்
தேடிக் கலங்குகின்றேன்.

காத லிளங்கவி போலிதை எண்ணிக்
கனிந்திடு மானிடரே - நான்
மாதெனச் சொல்வது ஓடி மறைந்தஎன்
வாலிப நாட்களையே
ஏது திரும்பினும் என்ன நடப்பினும்
இளமை திரும்பிடுமோ - ஒரு
தேதி நடந்திட தேதி நடந்திட
திரையும் விழுந்திடுமோ?

இன்னும் உடம்பில் இரத்தம் இருப்பினும்
எண்ணம் அரும்பவில்லை - அதில்
மின்னிடும் சிந்தனை ஞானமல் லால்சுக
வேதனை ஏதுமில்லை
மன்னிய பக்குவம் எய்திய நாட்களை
வாழ்வில் அடைந்துவிட்டேன் - இனி
தன்னந் தனிமையில் தவம்புரி வோமெனக்
கதவினைச் சாத்திவிட்டேன்.

***

ஏழாவது தொகுதி

அறம் பாடினேன்

மண்ணகம் முழுவதும் இன்று
    மனிதர்கள் சிலையா யிற்று
கண்ணிலா வாழ்க்கை வாழ்ந்த
    கயவர்க்கும் சிலைவைத் தார்கள்
எண்ணரும் தியாகம் செய்தார்க்(கு)
    இடமில்லை சிலைகள் வைக்க
புண்ணாகிப் புலம்பும் நெஞ்சே
    புனிதர்கள் நிலைபார்த் தாயா?

வீட்டுக்கே சொத்துச் சேர்த்து
    வெறும்பேச்சுப் பேசி வாழ்ந்தோர்
ஏட்டிலே எழுத வொண்ணா
    எழுத்தெலாம் எழுதி வாழ்ந்தோர்
பாட்டையில் சிலையாய் நின்று
    பரிகசிக் கின்றார் நெஞ்சே
நாட்டுக்கே வாழ்ந்து மாண்டோர்
    நலங்கெட்ட நிலைபார்த் தாயா?

கவிஞர் கண்ணதாசன் கவிதைகள்

ஊர்ப்பணம் திருடிச் சேர்ப்பார்
 உள்ளமே இருட்டாய்க் கொண்டார்
ஆர்ப்பரித் தளப்பார் இந்த
 அவனியை வெல்வார் போல
வேர்ப்புறம் வெட்டிப் போடும்
 வீணர்கள் வாழ்ந்தார் நெஞ்சே
தேர்ப்பெரும் தெய்வங் கட்கோர்
 சிலைஇலை நீபார்த் தாயா?

மூலையில் காந்தி நிற்பார்
 முடுக்கினில் நேரு நிற்பார்
சாலையில் யாரோ நிற்பார்
 சரித்திரம் எழுதப் பார்ப்பார்
ஆலையில் கரும்பைப் போல
 அணுவெலாம் துடிக்கும் நெஞ்சே
மாலையைத் தெருவில் வீசும்
 மானிடர் செயல்பார்த் தாயா?

ஏழாவது தொகுதி

இருட்டுக்கு வெளிச்சம் தந்தார்
    இழப்புக்கோர் ஈடும் தந்தார்
குருடுக்குக் கண்கள் தந்தார்
    குவலயப் பெருமை காத்தார்
அருட்பெரும் தலைவர் அன்னார்
    யாரறி வார்கள் நெஞ்சே
பொருள்பெறும் வணிக மாக்கள்
    புகழ்தலை நீபார்த் தாயா?

என்னதான் முயன்ற போதும்
    இந்நாடு உருப்ப டாது
மன்னவன் பசியில் சாக
    மடையர்கள் கொழுத்து வாழ
தென்னவர் நாடு செய்தால்
    தீயில்தான் சாம்ப லாகும்
அன்னையே தமிழே இந்த
    அறம்வெல்ல வேண்டு கின்றேன்!

✳✳✳

நீதி கேட்கிறேன்

விலைவாசி ஏறாத நாடொன்று கூறுவாய்
விரைவில்நான் செல்ல வேண்டும்
வீறாப்புப் பேசாத அரசியலைக் காட்டுவாய்
வேதமாய் ஆக்க வேண்டும்
கொலைகாரர் இல்லாத ஊரென்று சொல்லுவாய்
குடியேறிப் பார்க்க வேண்டும்
குடியைக் கெடுக்காத அரசொன்று கூறினால்
கோஷத்தில் வாழ்த்த வேண்டும்!

சிலைவைக்க இந்நாட்டில் இடமொன்று காட்டினால்
சேவைக்கு வைக்க வேண்டும்
சிரித்துக் கெடுக்காத நபரொன்று தோன்றினால்
தினமும் வணங்க வேண்டும்
மலையோடு நதிகளும் வாழ்கின்ற நாட்டிலே
மனிதத் துவங்க ளிலையே
மாபெரிய மதுரைநகர் ஆள்கின்ற தேவியே
மங்கைமீ னாட்சி உமையே!

ஏழாவது தொகுதி

பொய்வாழ்க்கை வாழ்கின்ற போலிகள் வாழ்விலே
புகழ்கூட வருகின் றதே
பூட்டைத் திறக்காமல் வீட்டுக்குள் நுழைவார்க்கும்
புதுவாழ்வு கிடைக்கின் றதே
கைபோட்ட இடமெல்லாம் காசையே பார்ப்போரை
கலைவள்ளல் என்கின் றதே
கண்ணீரில் பெண்வாழ்வைக் கரைந்தோட விடுவார்க்குக்
கைலாகு தருகின் றதே
செய்யாத குற்றங்கள் செய்வார்க்கு எந்நாளும்
செல்வங்கள் வளர்கின் றதே
தேரோட்டத் தெரியாத முட்டாள்கள் பலருக்குக்
காரோட்டத் தெரிகின் றதே
மைவார்த்த கண்ணோடு கைகோர்த்த சொக்கனை
மடிவார்த்த வண்ண மயிலே
மாமாயக் கண்ணனவன் பாசமிகும் தங்கையே
மதுரைமீ னாட்சி உமையே!

கடுகளவும் குறையிலா ஸ்ரீராமச் சந்திரன்
கானகம் போன தென்ன
கருணைஇலா ராவணன் தவம்செய்து தவம்செய்து
கயிலையை வென்ற தென்ன
கொடுமைகளின் மன்னர்கள் நாடாளு வோர்களாய்
கொட்டம் அடித்த தென்ன
கோடையினில் வருகின்ற புயலொன்று தான்வந்து
கொடுமை அழிந்த தென்ன
ஆடைஇலா நாள்முதல் அறிவார்ந்த நாள்வரை
அநியாயம் வென்ற தென்ன
அநியாயக் காரர்கள் சரியான நேரத்தில்
அடியோடு சாய்ந்த தென்ன
வாடைமலர்க் கூந்தலில் வண்ணமணிச் சொக்கனை
வளைத்தாளும் வண்ண மயிலே
வடமதுரைக் கண்ணனெனும் தருமதுரை தங்கையே
மதுரைமீ னாட்சி உமையே!

***

ஏழாவது தொகுதி

ஆணவம் அழியும்

எல்லாம் நானே என்பவர் வாழ்க்கை
கல்லாய் மணலாய்க் கனலாய் அழியும்;
புயலாய்ப் புழுவாய்ப் பூமியில் இருப்பினும்
கல்லாத வரும் கனிவுடன் நடந்தால்
நல்லோர் மதிக்க நயம்பட வாழ்வர்!
வல்லோன் நானென வாய்ச்சொல் லடித்து
எல்லோர் வாழ்விலும் இழிவினைப் பரப்பும்
பொல்லா மனிதர் புகழ்கெட்டு மடிவர்!
வெற்றியோ தோல்வியோ விதிப்படி வரட்டும்
உற்றவை எவையென உணர்ந்துகொண் டாடுவோம்
மற்றவை இறைவன் வகுத்தஅவ் விதமே!
கற்றவை குறைவே; கல்லா தனவோ
மற்றுஇப் பூமியின் பரப்பள வாகும்!
நாணல் போலவே நாணிப் பணிந்து

தேவைப் பட்டால் தென்னைபோ லிருந்து
மக்கள் மத்தியில் மயில்போ லாடி
குழந்தைக ளிடையே குயில்போல் பாடி
கோட்டா னாகித் குரங்கா காமல்
வாழும் மனிதரை வையகம் போற்றும்!
எந்த நேரமும் எகிறித் குதிப்போர்
சொந்த அறிவு துணைக்கு வராமல்
மந்த அறிவால் மந்தைக ளாவார்!
வாழ்வில் எத்தனை மண்ணிடைக் கண்டேன்
வாழ்ந்து தாழ்ந்தோர் வரலாறு படித்தேன்
தாழ்ந்து வாழ்ந்தோர் சரித்திரம் பார்த்தேன்
ஏறும் போதே இறங்கிய சிலபேர்
ஏறாம லேயே இறந்தவர் சிலபேர்
ஏறிய இடத்தை இறுகப் பிடித்து
இறங்கா மலேயே இருந்தவர் சிலபேர்
எத்தனை குதிரைகள்? எத்தனை வண்டிகள்?

ஏழாவது தொகுதி

எத்தனை யானைகள்? எத்தனை பூனைகள்?
இத்தனை பார்த்தவன் இன்னும் பார்க்கிறேன்!
மமதை என்பது மறையவே இல்லை;
ஆணவம் என்பது அழியவே இல்லை;
ஆணவம் ஒன்றே ஆணுக்கு அவமென
காணும் போதே கனிவுறும் வாழ்க்கை!
சுத்த வீரனாம் தோல்வியைத் தழுவினான்;
கோழை என்றார்கள் குன்றத்தில் ஏறினான்!
அவரவர் திறமையா அடிப்படைக் காரணம்?
அங்கே ஒருவன் ஆட்டுவான் ஒன்றை
இங்கே நாமெல்லாம் இயங்கு கின்றோமே!

***

மார்கழி

மன்னவன் திருமாலை மாதவன் திருமகள்
 மன்னிய உலகிடை வைகும்நாள்
 மார்கழி!

மின்னிடும் பனிஇடை மேகலை மாதரார்
 கன்னியர் திருவிழா காணும்நாள்
 மார்கழி!

மங்கலக் குங்குமம் மங்கையர் நெற்றியில்
 சங்கொலி எழுப்பிடும் தங்கநாள்
 மார்கழி!

நற்றிருப் பாவையை நல்லறி வாக்கினார்
 கற்றுடன் மற்றவர்க் காக்கும்நாள்
 மார்கழி!

மண்ணிடைப் பூச்சிகள் வானிடைச் சீர்பெற
 கண்ணனை எண்ணியே களிக்குநாள்
 மார்கழி!

ஏழாவது தொகுதி

பொன்வண்ண நெல்லுடை போர்த்திய நிலமெல்லாம்
 மன்னவன் கண்ணனை மயக்குநாள்
 மார்கழி!

நீர்நிறை தேக்கமும் நேரிழை கூட்டமும்
 கார்முகில் மேளமும் கலக்குநாள்
 மார்கழி!

வார்குழல் ஆய்ச்சியர் வாலிபப் பேற்றினை
 ஓர்முறை எண்ணியே உருகுநாள்
 மார்கழி!

அஞ்சனக் கண்களின் ஆரத்தித் தட்டுகள்
 மஞ்சத்தில் நாதனை மயக்குநாள்
 மார்கழி!

ஆவொடும் பூவொடும் மாவொடும் காவொடும்
 தேவனின் திருக்குணம் சேருநாள்
 மார்கழி!

ஆயர்பெண் மத்தெலாம் ஆடியே நடமிட
 தோயுமோர் வெண்ணெய்க்குச் சொந்தநாள்
 மார்கழி!

கவிஞர் கண்ணதாசன் கவிதைகள்

கைதவழ் செல்வனைக் கண்ணனைப் போலவே
மைதவழ் கண்ணுடன் மாற்றுநாள்
மார்கழி!

வான்பெரும் தவத்தினர் வைகுந்தம் ஏகவே
தாம்பெரும் சுகத்தினைத் தருவது
மார்கழி!

திருமலை நாதனும் ஸ்ரீரங்க நாதனும்
ஒருவரை ஒருவர்கண் டுணரும்நாள்
மார்கழி!

எண்ணரும் நலமெலாம் எண்ணியே குளிப்பவர்
திண்ணமாய் அடையவே திறக்கும்நாள்
மார்கழி!

பீடுறும் மார்கழிப் பிறப்பினைப் போற்றியே
நாடுறும் நன்மைகள் நாளெலாம்
கோடியே!

✷✷✷

ஏழாவது தொகுதி

கரணங்கள் காரணங்கள்

நூற்றுவர் வந்தால் ஒருவரைப் பிடித்து
 நோய்கொடுத் தவருடல் பறிக்கும்
கூற்றுவன் தனக்குக் குதிரையைக் கொடுத்தால்
 குவலயம் வாழ்வுறா தென்று
ஆற்றிலா எருமை தனைஅவன் தேராய்
 அளித்தனர் சமயமா முனிவர்
தூற்றுவார் தமக்கும் தொண்ணூ றியாண்டு
 தொடர்வதே அதன்பயன் அலவோ?

மண்ணிடைச் சிறிதும் விண்ணிடைச் சிறிதும்
 மாயவன் பறப்பவன் எனவே
கண்ணனின் மனதைக் கடுஞ்சிற காக்கி
 கருடனாய்ப் படைத்தனர் முனிவோர்
எண்ணிலா உயிர்கள் இதமிகுந் துயர
 இயங்குவான் மாலவன் அலவோ!
கண்ணலார்க் கருளும் அன்னவன் உருவை
 கருடனார் சுமப்பது தவறோ?

கவிஞர் கண்ணதாசன் கவிதைகள்

வெம்மையில் குளிராய் குளிரிலே நெருப்பாய்
 விளைபவள் காளிமா சக்தி
அம்மையின் நீதி பகைவரை அறுத்தல்
 ஆகவே அவள்கையில் கத்தி
செம்மைசால் கண்கள் ஆதவன் நிலவு
 தெளிவிலா மாந்தர்க்குப் புத்தி
சிம்மவா கனமேன் என்பிரேல் அதுதான்
 திருவிழா மாந்தர்க்கு முக்தி!

மடைதிறந் ததுபோல் கேள்விகள் எழுந்தால்
 மனிதனா விடைசொலக் கூடும்?
இடைமறித் தொருவர் பேசிட வொண்ணா
 விடையினை எவர்தரல் ஏலும்?
படைகளும் நடுங்கும் விடையினைக் கூற
 பரமனே உளனெனும் கருத்தால்
'விடை'யினை அவர்க்கு வாகனம் வைத்தார்
 வியப்பிதில் ஏதுகண் டாரோ?

ஏழாவது தொகுதி

ஈகையும் பரிவும் இனிமையும் கலையும்
 இயற்கையின் மாதரார் சிந்தை
ஆகையின் அவரை முடிவிலாக் கலைகள்
 ஆக்கிடும் மயிலெனச் சொல்வார்
தோகையின் குணங்கள் சுமந்தவள் அதனால்
 தோகையைக் கந்தனுக் களித்தார்
ஊகமென் றாலும் உளம்சொலும் நூலை
 உணர்ந்தவர் பொருள்மறுப் பாரோ?

இல்லாப் பொருளையும் இருப்பதாய்க் காட்ட
 இழிந்தவர் தம்மையும் மயக்க
எல்லாக் கலையையும் கற்றதாய்ப் புலம்பும்
 இயல்பினர் தன்மையும் இழுக்க
கல்லார்க் கொருமொழி காதுகள் வழியே
 காற்றிலே கலந்துடன் கொடுக்க
புல்லாங் குழல்தனை மாயவன் எடுத்தான்
 பூமியில் யாரிதை மறுக்க?

தினைப்புனந் தனிலே கிளிகளை விரட்டிடும்
சேவையை வள்ளிஏன் செய்தாள்?
தனைப்புனங் காத்தவன் தன்னயக் கிளிகளும்
சரசமா டாதவா றடித்தாள்
வினைப்புனம் வள்ளியாய் விதிப்புனம் குன்றமாய்
விளைந்ததை அவ்வணம் தொடுத்தார்
வனைப்புனக் கந்தனும் வல்விதி தனையே
மாற்றுதற் கில்லைஎன் றுரைத்தார்!

***

பகுதி : இரண்டு

தெய்வதம் பாடுதும் - I

ஏழாவது தொகுதி

விநாயகா!

எழிலார்ந்த இடம்தேடி இருக்கை கொள்வான்
எவ்விடத்தும் எளியவனாய் இல்லம் கொள்வான்
பொழிலார்ந்த நிலைகளிலே பொருந்தி நிற்பான்
புகழோடு பொருள்தந்து பொலியும் வேழன்!

அழியாத துயரங்கள் அழிய வேண்டின்
அவனடியே சரணென்பார் அடியார், இன்று
தொழிலாளர் உருவாக்கும் கோவில் கொண்டான்
தும்பிக்கை யானடியைத் தொடர்வீர் நீரே!

✻✻✻

இதயமே, கந்தவேளே!

அன்றுதிருச் செந்தூர்
   அரங்கிடை மேனியில்
      அம்புகள் தைத்த புண்ணும்

அபயமென ஓர்கையும்
   அடிகாட்டி ஓர்கையும்
      அழகுதிகழ் வைர மணியும்

நின்றகோ லத்திலே
   நிமிர்ந்தமார் பகத்திலே
      நிழலாடும் கருணை நிதியும்

நீலவிழி வள்ளியும்
   கோலத்தெய் வானையும்
      நிர்மலத் திருப்பா தமும்

ஏழாவது தொகுதி

மன்றிலொரு கண்ணாடி
மஞ்சமும் மாலையும்
மங்கல விளக்கின் ஒளியும்

மாசறுபொன் மேனியும்
உற்சவக் கோலமும்
மாணிக்க நகையின் ஒளியும்

இன்றுகண் டேன், அதை
இயன்பளன் தமிழிலே
இனிய வார்த்தை இல்லையே!

எழில்மாடக் கந்தபுரி
மணிக்கோவில் கொண்டஎன்
இதயமே கந்த வேளே!

(கந்தகோட்டத்துப் பெருமானை தரிசித்த
ஆனந்தத்தில் பாடியது - தொ. ஆர்.)

***

பாடுங்கள், நாடுங்கள்!

மலை தெரியுது மலை தெரியுது
    கண்ணிலே - பழனி
மகராஜன் முகம் தெரியுது
    விண்ணிலே!
அலை தெரியுது அலை தெரியுது
    வழியிலே - வேலன்
அருள் தெரியுது அருள் தெரியுது
    ஒளியிலே!

இருள் விலகுது இருள் விலகுது
    வாருங்கள் - அங்கே
இலை நடுவில் கனி தெரியுது
    தேடுங்கள்!
பொருள் குவிந்திடப் பொருள் குவிந்திடப்
    பாடுங்கள் - அவன்
புகழ் மலையினைக் காலை நடையினில்
    நாடுங்கள்!

ஏழாவது தொகுதி

வயது சென்றவர் இளைஞ ரென்பவர்
 யாவரும் - அந்த
வானுல கத்துத் தேவர் தம்மொடு
 மூவரும்
வயலில் மீன்கள் குதிக்கும் இந்தக்
 கழனியை - நாடி
வந்து நிற்பார் வணங்கி நிற்பார்
 பழனியை!

கட்டியதே இரண்டு தாரம்
 அவனுக்கு - ஒண்டிக்
கட்டையக வந்த திந்தப்
 பழனிக்கு!
வட்டியோடு முதலும் சேர்த்து
 மனதுக்கு - வாரி
வழங்கத் தானே வந்துவிட்டான்
 தனிமைக்கு!

முருகன் என்ற பெயரிலொரு
    முருகப்பா - தமிழ்
முத்து என்ற பெயரிலொரு
    முத்தையா
குமரன் என்ற பெயரிலொரு
    குமரப்பா - நம்போல்
கூப்பிட்டவர் உலகத்திலே
    எவரப்பா!

செட்டி என்னும் ஒருபெயரைச்
    சுமந்தவன் - கந்தன்
தேவியையே அதன் வழியே
    மணந்தவன்!
எட்டுத்திக்கும் நமது சேவை
    அறிந்தவன் - நாம்
இன்று வரும் நேரம்கூடத்
    தெரிந்தவன்!

வணிகர் குலத்து...

அப்பன் பழனி அப்பனடா - அவன்
அரும் பெரும் திரவியக் கப்பலடா
அற்புதம் காட்டும் தலைவனடா - அவன்
அன்புக்குப் பணிசெயும் இறைவனடா!

காண்போம் நாம் அவன் படைவீடு - தம்பி
கால்வலி மறந்து நடைபோடு
கண்டால் நமக்கில்லை ஒருகேடு - நீ
காவடி எடுத்து நடமாடு!

வணிகனின் குலத்துக்குத் தாயாவான் - அவர்
வளைவினில் ஓடிடும் சேயாவான்
கவிஞர்கள் பாட்டுக்கு வாயாவான் - எங்கு
கடும்பகை கண்டாலும் தீயாவான்!

ஆண்டிக்குப் பாரடி சாத்துபடி - நாம்
ஆடிடப் பழனியில் தீர்த்தமடி
வேண்டிடும் வரம்தரும் தீபமடி - இதில்
வேதனையே இலை லாபமடி!

கவிஞர் கண்ணதாசன் கவிதைகள்

பழனிக்குப் போவதில் சுகம் அதிகம் - அவன்
பார்வையில் நிற்பதில் குணம் அதிகம்
விழுந்து வணங்கினால் வயததிகம் - அந்த
வீரன் தருவான் பணமதிகம்!

செட்டிமக்கள் இந்த பூமியிலே - பல
தெய்வத்துக் களித்தது கோடியம்மா
கட்டிய கோவில்கள் ஆயிரமே - அதில்
கந்தனின் கோவில்கள் யாவையுமே!

முருகப்ப னில்லாத ஊருமில்லை - ஒரு
முத்தைய னில்லாத வீடுமில்லை
பழனியப்ப னின்றி வம்சமில்லை - எங்கள்
பரம்பரைக் கவனின்றி அம்சமில்லை!

கால்நடைப் பயணத்தில் ஓடிவந்தோம் - உன்
கருணைக்குத் தானுனைத் தேடிவந்தோம்
வேலெமைக் காக்கட்டும் வேலவனே - உன்
விழிஎமைக் காக்கட்டும் நாயகனே!

* * *

ஏழாவது தொகுதி

கிட்டாதன கிட்டும்!

எட்டாத வானம் எட்டும்
    இசையோடு பொருளும் கிட்டும்
கிட்டாத அருளும் கிட்டும்
    கேட்பவை நலமே ஆகும்
தட்டாமல் வருவார்க் கெல்லாம்
    தன்கரத் தபயம் நல்கும்
'கிட்டா'வின் தண்ட பாணி
    கீழ்த்திசை காவல் கொண்டான்!

மும்மொழி மலைநாட் டின்கண்
    முருகனின் ஆண்டிக் கோலம்
எம்மொழி பேசு வார்க்கும்
    இளங்கவின் கலையாய் நிற்கும்!
தம்மொழி மறவா தாராம்
    தாய்மொழி பிரியா தாராம்
நம்மொழி மைந்தர்க் கெல்லாம்
    நலமருள் தண்ட பாணி!

வண்டாடும் சோலைப் பூக்கள்
பாலூறும் மலையின் தொட்டில்
கொண்டாடும் கோவில் கண்டோம்
குறையாத வாழ்வும் கண்டோம்!
தண்டா யுதத்தான் காலில்
'சரண்'என்று விழுவார்க் கெல்லாம்
அண்டாத செல்வம் அண்டும்!
அருளுண்டு பயமே இல்லை!

(மலேஷிய நாட்டில், 'கிட்டா' நகரில் கோவில் கொண்டுள்ள தண்டாயுதபாணி மீது பாடியது.)

❋❋❋

கண்ணனை வேண்டுதும் – II

ஏழாவது தொகுதி

கண்ணன் என் தெய்வம்!

ஆடுவான் கோகுலத்தில்
    ஆயர் மனைகளிலே
கூடுவான் கோபியரைக்
    கொஞ்சுமிளம் வஞ்சியரை
பாடுவான் ஓடுவான்
    பார்ப்பதற்கு விளையாட்டு!
தேடுவார் கண்களுக்கோர்
    திசையறிந்த தெய்வமவன்!
அந்தியிலும் சந்தியிலும்
    அர்த்தசா மத்தினிலும்
சிந்தையினில் கண்ணனைநான்
    சேவித்தே வாழுகிறேன்!
தந்தை-தாய் மக்கள்
    என்குலத்தின் உறவினர்கள்
முந்தைப் பிறவிகளில்
    மூன்றிருந்த பெரியோர்கள்

அத்தனையும் கண்ணனவன்
அவதாரம் என்றிருந்தேன்!
தாயாக வந்தக்கால்
தலைமாட்டில் நிற்கின்றான்
நோயாக வந்தக்கால்
நோய்மருந்தும் ஆகின்றான்
பாரதத்தில் அன்று
பார்த்தனுக்குச் சொன்னதெல்லாம்
ஓரளவு எந்தன்
உள்ளத்தும் சொல்கின்றான்!
கையெடுத்து நானோர்
கணக்கை உரைத்துவிட்டால்
கைகொடுத்தே என்னைக்
கரையேற்ற முந்துகிறான்!
வஞ்சகர்கள் சூழ்ச்சி
வருகிறதேஎன் றழுதால்

ஏழாவது தொகுதி

நெஞ்சகத்தே நின்று
        நிம்மதியைத் தருகின்றான்!
சூழும் கணத்தினையே
        சுமைதாங்கி யாக்கிவந்து
ஆலிங்கனம் செய்தும்
        அரவணைத்துக் காக்கின்றான்!
எண்ணாதார் வீட்டினிலே
        எக்காளமாய்ச் சிரித்து
நண்ணாதார் இல்லத்தே
        நாளும் நடக்கவைத்து
கண்ணாளன் றழைப்பார்முன்
        காவலன்போல் வருகின்றான்!
காதலனாய் எந்தக்
        கன்னியர்கள் நினைத்தாலும்
ஆதரவாய் வந்து
        அவர்மடியில் சாய்கின்றான்!

மூலம்திரு மாலாய்
  முளைத்தெழுந்த பெருமாளாய்
ஏலும் தனியறத்தில்
  இயங்குகின்ற ராமனுமாய்
நாலு வடிவெடுத்த
  நந்தகோபன் மகனை
'மாலே மணிவண்ணா!
  வாராய்' எனவழைத்தால்
காலையிலே நம்வீட்டுக்
  கதவைத் திறக்கின்றான்!
கணக்கறிந்த மருத்துவர்கள்
  கைவிட்ட பேரையெல்லாம்
இணக்கமுறக் கையேந்தி
  இளமை வழங்குகிறான்
வேராக நின்று
  விழுதுவிட வைக்கின்றான்!

ஏழாவது தொகுதி

தேராக நின்று
திருநாள் நடத்துகிறான்
போராகத் தோன்றிப்
புயலாக மாறுகிறான்
சீராக நடமாடும்
தென்றலுமாய் ஆகின்றான்
கண்ணன்எனும் அந்தக்
கடலில் விழுந்துவிட்டால்
சின்னக் குழந்தைகட்கும்
நீந்தத் தெரிந்துவிடும்!
நேசம் மிகுந்தஅவன்
நெருப்பினிலே போய்விழுந்தால்
தண்ணீரில் விழுந்ததுபோல்
சில்லென்ற தழுவவரும்!
காற்றாக வானாகக்
கனலாகப் புனலாக

கவிஞர் கண்ணதாசன் கவிதைகள்

ஊற்றாக உருவாக
    ஒளியாக மழையாக
நேற்றாக இன்றாக
    நாளைக்கும் நிலையாக
ஏற்றாத தீபத்தும்
    எரிகின்ற ஜோதியவன்!
காற்றில் அணையாது
    கடுமழையில் நனையாது
கூற்றும் நெருங்காது
    கொடுநோயும் அண்டாது
'கண்ணா' என்றேஅவனைக்
    கட்டித் தழுவிவிட்டால்!
அன்னாள் தொடங்கி
    ஆண்டுபல ஆனாலும்
இந்நாள் வரைக்கும்
    எனக்கவனே தெய்வமென்பேன்!

ஏழாவது தொகுதி

கண்ணனைநான் கண்டு
    கனிந்துவிட்ட நாள்முதலாய்
மன்னனைப்போல் இந்த
    மண்டலத்தில் வாழுகிறேன்!
பயமேது வாழ்வில்
    பரந்தாமன் உள்ளவரை?
துயரேது வாழ்க்கையிலே
    தூயோனைக் காணும்வரை?
எல்லாமும் கண்ணன்தான்!
    எங்கேயும் கண்ணன்தான்!
நல்லார்க்கே என்றும்
    நாயகனே கண்ணன்தான்!
கண்ணனைநான் நினைக்கின்றேன்
    கவலையெல்லாம் மறக்கின்றேன்!

✸✸✸

கவிஞர் கண்ணதாசன் கவிதைகள்

திருமலையின் தனியரசன்

மூவர்மலர் தூவிவர மூத்தவர்கள் வாழ்த்திவர
 முந்துதமிழ்ச் சங்கம் ஒலிக்க
முளைவிடுநெல் முன்னிலையில் மணமேடை கண்டுமகள்
 முழுதான வாழ்வு சிறக்க
காவலிடும் கைவளையல் கனகமணி மாலையொடு
 காலகா லங்கள் துலங்க
கமலமக ளோடுதிரு அலர்மேலு மங்கையொடும்
 கடிமணம்நீ காண வருக
தேவர்குலம் தேடிவரும் திருப்பதியில் நின்றபடி
 திருவருள்செய் ஸ்ரீநி வாசா!
திருமலையில் தனியரசு செய்தபடி காத்துவரும்
 ஸ்ரீபாத வெங்க டேசா!

ஏழாவது தொகுதி

பொன்னகைகள் வைரமணி பூச்சரம் இலங்கநிதம்
பொங்கிவரும் செல்வம் அடைய
பூமியுள காலம்வரை தேவையுள யாவும்வர
பொருள்கொண்டு செல்வி செல்ல
மன்னர்களும் காணாத மாபெரிய செல்வம்அதை
மனதார இட்டு மலர்க
வரும்வரவு பெரிதாக வழங்குவதும் உயர்வாக
வசதிவரு மாறு செய்க
பன்னரிய மணநாளில் படியேறி வந்தவர்தம்
பணநாளாய் ஆக்கும் ஈசா
பாற்கடலின் அலைபோல பலகோடி வைத்தருள்க
பனிமலையின் ஸ்ரீநி வாசா!

(தனது மகள் திருநிறைச்செல்வி விசாலாட்சியின் திருமணம் இனிது நிறைவேற வேண்டி இயற்றி திருப்பதி ஸ்ரீவெங்கடாசலபதியின் உண்டியலில் இட்ட கவித் தூக்கு)

***

சீட்டுக்கவி

காட்டிடை வதியும் காய்த்தமா மரங்கள்
கனலிடை அழிவதும் கண்டேன்
நாட்டிடை வதியும் நல்லவர் தீயோர்
நாயகன் அடிசெலக் கண்டேன்
வீட்டிடை வதியும் வியன்மிகும் செல்வம்
வெளிச்செலக் கண்டதும் நானே
கூட்டிடை வதியும் உயிர்செலும் என்ற
குறிப்பினை உணர்தினை கோனே!

உள்ளநா ளெல்லாம் ஒழுங்குடன் வாழ்ந்து
உயிர்துறந் தால்அதே பெருமை
கள்ளமோ அன்றிக் கயமையோ இன்றிக்
கண்ணியம் காத்தலே மகிமை
பள்ளமோ இல்லை குன்றமோ எதிலும்
பரம்பொருள் காண்பவன் நானே
வெள்ளமும் நெருப்பும் வேறுவே றென்னும்
வியப்பினை மறந்துவிட் டேனே!

ஏழாவது தொகுதி

காண்படும் தருக்கள் கவின்மிகும் மான்கள்
காண்பதே எனக்கினிக் கனவு
நான்படும் துயரம் நல்குர லொழிய
நாடுவேன் ஒருவகைத் துறவு
ஊன்படும் முன்பு முடிந்தவா றெல்லாம்
உதவுவேன் என்சிறு கையால்
வான்படும் தண்ணீர் மண்படும் நிலைபோல்
வழங்குவாய் பரமனே ஐயா!

கல்லினுக் குள்ளே முளைத்ததோர் செடியில்
கனிவரச் செய்தவன் நீயே
சொல்லினுக் குள்ளே தேன்ரசம் ஊற்றிச்
சுவைவரச் செய்தவன் நீயே
புல்லினை மரமாய் பூமியில் ஆக்கிப்
புகழ்பெறச் செய்தவன் நீயே
நல்வினை பலவும் நான்செய வேண்டும்
நல்குவாய் செல்வம் என்தாயே!

வேங்கடம் ஏறக் கால்வலு வில்லை
வீட்டிலே இருந்துனைக் கேட்டேன்
பாங்குடன் எனக்குப் பைந்தமிழ் அளித்த
பாட்டையே காணிக்கை போட்டேன்
தீங்குடன் நலமும் சேர்த்துவைக் கின்றாய்
சிறிதனதைப் பிரித்துவைப் பாயே
ஓங்குமால் நிலையே உயர்பெரும் மலையே
உன்பதம் என்சிரம் தாயே!

***

ஏழாவது தொகுதி

மனு

அழகான வதனமும்
    அன்பான நண்பனும்
        அறிவுள்ள குருநா தனும்
ஆசையுள மனைவியும்
    பாசமுள பிள்ளையும்
        அன்றாடம் நல்ல நிலையும்
அழியாத செல்வமும்
    பழியாத உள்ளமும்
        ஆதார மான உறவும்
அஞ்சாத வீரமும்
    துஞ்சாத கண்களும்
        அதிகாரப் பதவி யதுவும்

கவிஞர் கண்ணதாசன் கவிதைகள்

வழிகூறும் தெய்வமும்
   இல்லமும் வாசலும்
      மாலைமரி யாதை புகழும்
வசமான சக்தியும்
   நிஜமான பக்தியும்
      வாழ்நாளில் சேர அருளே
எழிலான கால்களைப்
   பாம்புப் படத்திலே
      இட்டாடு கின்ற பொருளே
இனியமுகம் மனிதரிடம்
   தனியுறவு கொண்டுவரும்
      என்னுயிர்ப் பரந்தா மனே!

ஏழாவது தொகுதி

வருவார்கள் வாழ்த்தவும்
   போவார்கள் புகழவும்
      வஞ்சகம் அழிவு படவும்
வலைவீசு பகையினர்
   தலைமாறி ஓடவும்
      மாய்மாலம் தோல்வி யுறவும்
தருவாக நின்றுநான்
   கவியாய்ப் பழுக்கவும்
      தழைப்பூக்கள் காய்கள் தரவும்
தங்கக் குடத்திலே
   திருமகள் தான்தரும்
      தரமான சீர்கள் வரவும்

கவிஞர் கண்ணதாசன் கவிதைகள்

இருவே றுலகிலே
   திருவுடன் அறிவையும்
      என்வாழ்வுச் சாலை பெறவும்
இல்லாத தொன்றிலை
   என்னுமா றுலகிலென்
      இயக்கமே ஓங்கி மிகவும்
கருவாகி உருவாகி
   காப்பாற்ற ஓடிவா
      கனிவான காதல் மகனே
கடலிலொரு பாம்பணையில்
   கைகளெனும் தலையணையில்
      கண்ணயரும் பரந்தா மனே!

✼✼✼

ஏழாவது தொகுதி

ஸ்ரீ கிருஷ்ண பாமாலை

கோவில்கொண் டாடினேன்
   கொள்கைகண் டேற்றினேன்!
      கோபுரம் பணிந்து நின்றேன்
வாயில்கள் தோறு(ம்)இம்
   மானிடர் மேனியை
      வார்த்துநான் தீபம் வைத்தேன்
தாயினும் மேலவன்
   தந்தையே தானவன்
      சரணமென் றெண்ணி நின்றேன்
ஆயர்மா மைந்தனே
   அண்ணலே கண்ணனே
      அருள்செயும் கால மெங்கே?
ஐந்துதலை தீர்த்தமுதல்
   ஐவரையும் காத்தவரை
      ஆர்த்தெழு மனத்து மணியே
அகமுடைய மனிதர்களின்
   தகவுடைய தோழனென
      அருள்புரிய வந்த கிளியே!

கவிஞர் கண்ணதாசன் கவிதைகள்

பாம்பிலே நஞ்சையும்
    மாவிலே பிஞ்சையும்
        பார்த்துநீ வைத்த பொழுது
தோலிலே என்பிலே
    சதையிலே உணர்வினைத்
        தோய்த்துநீ வைத்த பொழுது
காலிலா விலங்குபோல்
    வாழ்பவர் சிலரையும்
        காணாநீ மறந்த தேனோ?
காலமா மன்றமே
    கர்த்தன்நீ வித்தைகள்
        காட்டவோர் மேடை நானோ!
ஆலிலையில் கால்வருடும்
    மால்வடிவ ஞானஒளி
        அஞ்சல்தவிர்த் தருளும் மணியே
அகமுடைய மனிதர்களின்
    தகவுடைய தோழனென
        அருள்புரிய வந்த கிளியே!

ஏழாவது தொகுதி

தானமும் மூவகை
யாகமும் மூவகை
தர்மமும் மூன்று என்றாய்
ஞானமும் மூவகை
தீமையும் மூவகை
நன்மையும் மூன்று கண்டாய்
மானமோ ஓர்வகை
வாழ்க்கையோ ஓர்நிலை
மனிதன்நான் என்ன செய்வேன்?
ஈனமாம் உயிரை நீ
ஏற்குநாள் வரையிலும்
இதமுடன் காக்க வாராய்
ஆனதொரு போர்முடிவில்
ஐவர்முடி சூடிவர
அன்றுநிலை கொண்ட மணியே
அகமுடைய மனிதர்களின்
தகவுடைய தோழனென
அருள்புரிய வந்த கிளியே!

என்னையே சரணடை
என்னையே சரணடை
என்றுநீ சொன்ன துண்டு
உன்னையல் லாதுயிர்
தெய்வமே இலைஎன
ஒருவன்நான் கொண்ட துண்டு
என்னையே சோதனை
இன்றுநீ செய்கிறாய்
என்னஉன் கீதை மொழியோ?
மன்னவன் தம்பியின்
மயக்கினைத் தீர்த்தநீ
மனிதர்பால் வருவ திலையோ
அன்னமென நீர்பிரிய
பாலைஎடுத் துண்டதொரு
அர்ஜுனன் பணியும் மணியே
அகமுடைய மனிதர்களின்
தகவுடைய தோழனென
அருள்புரிய வந்த கிளியே!

***

ஏழாவது தொகுதி

ஸ்ரீ கிருஷ்ணகாந்தன் பாமாலை

நோயுற்ற வேளையில்
   சிக்கெனப் பிடிக்கநின்
      நூபுரக் கால்கள் உண்டு
நொடிக்கின்ற போதினில்
   பிடியள்ளிப் போடநின்
      நோகாத கைகள் உண்டு
வாய்கெட்ட வேளையில்
   சுவையான வார்த்தையில்
      வழிகாட்ட கீதை யுண்டு
வஞ்சத் திறங்கினால்
   நெஞ்சத் திருந்தென்னை
      மன்னிக்கும் பான்மை யுண்டு

பாய்கொண்ட பின்னரும்
தலைமாட்டிலே நின்று
பணிசெய்யும் தன்மை யுண்டு
பகைவந்த வேளையில்
சக்கரம் சங்கொடும்
படைகொளும் வீர முண்டு
நாய்பட்ட பாடுநான்
பட்டபின் னாலுனை
நாடினேன் தூய நாதா!
நன்றியுள மானிடரை
என்றுமற வாதகுரு
நாயகா! கிருஷ்ண காந்தா!

ஏழாவது தொகுதி

ஓராண்டி லேஉனை
உணர்ந்திருந் தாலன்று
உனைப்போ லிருந்திருப்பேன்
ஒன்பதாம் ஆண்டிலே
ஓர்ந்திருந் தாலும்நான்
உனைப்பற்றி வாழ்ந்திருப்பேன்
ஈராறு ஆண்டிலே
எண்ணம் பிறந்தனேல்
இன்முகம் பார்த்திருப்பேன்
இருபதில் கூடநின்
ஏற்றம் தெரிந்தனேல்
இரண்டறக் கலந்திருப்பேன்!

கவிஞர் கண்ணதாசன் கவிதைகள்

சீராடும் நாற்பதும்
 நீரோடிப் போனபின்
  சிந்தையில் வந்து நின்றாய்
சென்றகா லங்களை
 எண்ணியென் கண்ணிலே
  சிறுமழை வீழ வைத்தாய்
காராரு மேனியாய்
 ஐம்பதில் உன்னையான்
  கண்டனன் காதல் நாதா!
கனிவுடைய வயதிலொரு
 எழுபது கொடுத்தென்னைக்
  காத்தருள் கிருஷ்ண காந்தா!

ஏழாவது தொகுதி

வாராத கற்பனை

வாராத சிந்தனை

வந்தநாள் அந்த நாளே

வளமான எண்ணமும்

வளமான மேனியும்

வாழ்ந்தநாள் அந்த நாளே

தீராத ஆசையில்

மாதர்கு ழாத்தில்நான்

திரிந்தநாள் அந்த நாளே

சீழ்பட்ட பண்டமும்

பாழ்பட்ட கறிகளும்

தின்றநாள் அந்த நாளே!

கவிஞர் கண்ணதாசன் கவிதைகள்

சேராத கூட்டத்தில்
    என்னைம றந்துநான்
        சேர்ந்தநாள் அந்த நாளே
செறிவான புத்தியை
    தவறான பாதையில்
        செலுத்தினேன் அந்த நாளே
பாராத பூமியைப்
    பார்க்கிறேன் இப்போது
        பார்த்தனைக் காத்த நாதா
பதிநினது கதைபுகல
    உடல்நிலையை நீகொஞ்சம்
        பார்த்தருள் கிருஷ்ண காந்தா!

ஏழாவது தொகுதி

பாண்டவர் மேல்வைத்த
  கருணையால் அந்நாளில்
    பதிமீண்ட கதைகள் கேட்டேன்
பசுக்களில் நீவைத்த
  ஆசையால் இன்றுநான்
    பசுவதைத் தடைகள் கண்டேன்
மாண்டவர் மேல்வைத்த
  அன்பினால் அன்னார்க்கு
    மறுபிறப் பின்மை கண்டேன்
மங்கையர் மேல்வைத்த
  காதலால் நான்கூட
    மாதரைப் பாடு கின்றேன்!

ஆண்டவர் கெட்டாலும்
கெட்டவர் ஆண்டாலும்
அருகில்நீ நிற்ப தென்ன
அரசர்க்கு ஆண்டியாய்
ஆண்டிக்கு அரசனாய்
அனைத்தும்நீ ஆன தென்ன
வேண்டுவார் உனக்கிங்கு
இப்போது பூமியில்
வேறுயார் வேத நாதா!
விவரமறி யாதஎனை
பலவயது வாழவிடு
விமலனே! கிருஷ்ண காந்தா!

***

சக்தி போற்றுதும்-III

ஏழாவது தொகுதி

சக்தி

ஆதிசிவன் உனைநீங்கின் அசைவ தில்லை
    அகிலமெலாம் உனையல்லால் இயக்க மில்லை
மாதுளம்பூ நிறத்தழகி நீயில் லாமல்
    மனிதகுலம் உயிர்மூச்சு எவையும் இல்லை
வேதமுயர் ஹரிஹரனும் பிரம்மா தானும்
    விரும்பியுனைப் போற்றுங்கால் என்னைப் போன்ற
நாதமிலா வீணைக்கோ வாய்ப்புத் தோன்றும்
    நற்கருணைத் திருமகளே வணங்கு கின்றேன்!

படைப்பாளன் உனதுதிரு வடிவைக் கொண்டு
    பார்முழுதும் படைக்கின்றான்; திருமால் தானும்
குடைபோல உன்னடியைத் தாங்கு கின்றார்.
    கொடும் சிவனோ திருநீறாய்ப் பூசுகின்றார்
கடைக்கண்ணால் அவற்றையெலாம் கண்டும் கூட
    காணாமல் நிற்கின்ற கருணைச் செல்வி
தடைக்கற்கள் இல்லாமல் உன்முன் நின்று
    சந்நிதியைச் சிறியேனும் வணங்கு கின்றேன்!

(ஆதிசங்கரரின் 'செயந்தர்ய லஹரி'யை மொழிபெயர்க்க
விரும்பி, மொழிபெயர்த்தவை. பின் இம்முயற்சி கைவிடப்பட்டது.
தொ. ஆர்)

***

கவிஞர் கண்ணதாசன் கவிதைகள்

கற்பகாம்பிகை

அலங்கார மேனியில்
   புன்னகை பொன்னகை
      அள்ளிடை கொண்ட கொடியாள்
அன்னவா கனத்தினள்
   அன்பினால் முக்கணன்
      அவன்தேவி யான கிளியாள்
இலங்காத மனையிலும்
   இலக்குமிக் கமலமாய்
      எழுகின்ற செல்வ நிலையாள்
இல்லையோர் கதியென்று
   சொல்லுவார் யாவர்க்கும்
      இனியதா யான மொழியாள்

ஏழாவது தொகுதி

நலங்காண வேண்டுவோர்
நாடினால் வேண்டினால்
நானென்று நல்கும் அருளாள்
நற்பெண் இலக்கணம்
கற்பென்னும் உண்மையே
நாட்டுமோர் அமுத கலையாள்
கலங்காத நெஞ்சமும்
கனிவான வாழ்க்கையும்
கனிவுசெய் கோடை மழையே!
கவிமயிலை நகரில்வளர்
கருணைபொழி அம்மையே
கற்பகத் தேவி உமையே!

***

சிங்காரத் தேன்மதுரை அங்கயற்கண்ணி

கடலின் நீலவிழி கரிய மேகமணி
கமழும் வாசமலர்க் கூந்தலாள் - உயர்
கவிதைபா டும்இரு சிலம்பு பூண்டதிரு
கால்கள் கொண்டதொரு கனியினாள்
உடலின் மோகநடம் உருகும் வண்ணஇடை
ஓங்கி நிற்கும்இரு மார்பினாள் - இந்த
உலகம் யாவும் அவள் வடிவமாதென
உலவி யாடிவரும் அழகினாள்!

மாடக்கூ டல்நகர் மறுவுபே ரழகை
மனதில் எண்ணிநிதம் மருகினேன் - மா
மாயக்கண் மலரில் தோயும் பேரருளே
மன்றில் கொண்டுவர உருகினேன்
ஆடு தோரணங்கள் வாசல் பொற்கதவு
அங்கயற் கண்மகளின் கோவிலில் - நல்
அந்தி சாயும்வரை நின்று நின்றுஎனை
அன்ப னாக்கிஇசை பாடினேன்!

ஏழாவது தொகுதி

சோம சுந்தரனைச் சுழலவைத் தமயில்
        தோகை கண்டுமனம் துள்ளினேன் - உயர்
சுந்தரக் கிளியின் மந்திரப் புகழை
        சொல்லிச் சொல்லிநட மாடினேன்
காமவல்லி சுகவாணி ராணி அவள்
        கருணைக்கா கநிதம் ஏங்கினேன் - என்
கவிதை எங்கும்அவள் வைரமின் னலென
        காட்சி தந்ததனைக் காண்கிறேன்!

குதிரை விற்றவனைக் கூடிவிட் டவளை
        குரல்கொடுத் துநிதம் ஏற்றினேன்
கொஞ்சும் என்தமிழில் வஞ்சிதன் புகழை
        கொண்டு கொண்டுநிதம் ஊற்றினேன்
மதுரைமீன் விழியின் மதுவைப்போல் மொழியை
        மயங்கிச் சாயும்வரை பருகினேன் - அவள்
மஞ்சள் வெய்யிலிலும் குங்குமத் தினிலும்
        மலரைப்போல் விழுந்து கருகினேன்!

மலையு நாடன்பெற் றஇளைய தோகைமயில்
வருகிறாள்; உதவி தருகிறாள் - தமிழ்
மங்கையர்க் கரசிதங்க மேனியுடன்
வளைகிறாள்; மனதில் குழைகிறாள்
அலைகள் ஆடும்அ வள்சிலை யினோடுஎனை
அமைக்கிறேன் கவிதை சமைக்கிறேன் - பல
ஆயிரம் பிறவி தான்வரும் எனினும்
மறக்கிலேன்; அவளை மறக்கிலேன்!

***

ஏழாவது தொகுதி

திருச்சானூர்(த்) திருக்கோலம்

மணிமுடியில் ஒளிமிளிரும் மரகதப்பூஞ் செல்வி
மன்னவரும் ஏவல்செயும் தென்னவர்கோன் தேவி
அணிமணியும் குங்குமமும் அழகுமலர் முகமும்
அணிந்ததொரு பொன்னழகி அலமேலுத் தாயார்
பணிபுரிய உலகினையே பக்கமழைக் கின்றாள்
பக்தைகளின் தாலியிலே பாசமும்வைக் கின்றாள்
கணிதமெலாம் அவள்கணிதம் காலமவள் காலம்
காவனம்சூழ் திருச்சானூர்க் கற்பரசி வாழ்க!

ஏழுமலை மீதினிலே கணவனிருக் கின்றான்
எட்டுக்கல் தொலைவினிலே மனைவியிருக் கின்றாள்
ஆழமிகும் தத்துவங்கள் அவரிடையே கண்டேன்
அலமேலுத் தாயாரே நமதுகுலப் பெண்மை
சூழவரும் தீவினைகள் அவள்பெயரைச் சொன்னால்
சுக்காகித் தூளாகித் துவண்டுவிழுந் தோடும்
வாழவரும் மானிடரே, திருச்சொனூர் செல்வீர்
மாமணியைப் பூமகளை மனைமகளைக் காண்பீர்!

நாயகனைப் பிரிந்தவரும் நல்லபடி வாழ
நன்றியுடன் மாங்கல்யம் தனைக்காவல் கொள்ள
தாயவளின் பிரிவினையே சாட்சியென வைப்போம்
தருமமிகு மனைவாழ்வின் காட்சியெனக் கொள்வோம்
ஆயர்குல மகனாக அவதாரம் கொண்டான்
அலமேலு கிடைப்பதற்கு என்னதவம் செய்தான்
மாயவனைப் போலிந்த மண்டலத்தி லுள்ள
மணமகனே நீகூட மணமகளைத் தேடு!

சிற்றிடையும் புன்னகையும் சிவந்தமலர்க் கையும்
சித்திரப்பூ மைவிழியும் சிங்கார இதழும்
பற்றுமிகும் பார்வையுடன் பனிமலர்போல் மார்பும்
பால்வடியும் பூமுகமும் பளபளக்கும் குழலும்
வெற்றிஉருக் கொண்டெழுமோர் திருச்சானூர் வெளியில்
வேதமென நாதமென கீதமென வீழ்ந்தால்
அற்றுவிடும் மரணபயம் அவள்தானே சரணம்
அலமேலத் தாயாரே பிரபத்தி அம்மா!

***

ஏழாவது தொகுதி

மாங்காடு ஸ்ரீ காமாட்சி மகிமை

நீங்காத செல்வமெலாம்
    நிறைத்துவைக்கும் ஸ்ரீதேவி
மாங்காட்டுக் காமாட்சி
    மனதுவைத்த அம்மானை
மாங்காட்டுக் காமாட்சி
    மனதுவைத்த காரணத்தால்
ஆங்காரமின்றி அமைதி கொண்டேன் அம்மானை!

பூவோடு குங்குமமும்
    பொருத்திவைக்கும் காமாட்சி
காவலிலே வந்தெனக்குக்
    கைகொடுத்தாள் அம்மானை
காவலிலே வந்தெனக்குக்
    கைகொடுத்த காரணத்தால்
கோவிலிலே கோடிமுறை கும்பிட்டேன் அம்மானை!

கவிஞர் கண்ணதாசன் கவிதைகள்

செங்கமுதப் பனிவாயில்
    தித்திக்கும் தேன்சிதறி
தங்கமுகப் பொன்னருவி
    தழுவிநின்றாள் அம்மானை
தங்கமுகப் பொன்னருவி
    தழுவிநின்ற காரணத்தால்
பங்கமிலாக் குழந்தையைப்போல் பரவுகிறேன் அம்மானை!

கொடியுலவும் சிற்றிடையில்
    கோலமிகும் அருள்காட்சி
படியளந்தே மைந்தனெனைப்
    பாடவைத்தாள் அம்மானை
படியளந்தே மைந்தனெனைப்
    பாடவைத்த காரணத்தால்
அடி அடியாய் அவள்பெயரை அளந்துவைத்தேன் அம்மானை!

ஏழாவது தொகுதி

காடுகொண்ட காமாட்சி
    கனிவுடனே எனைக்காக்க
வீடுகொண்டாள், மைந்தனுக்கு
    வெற்றிதந்தாள் அம்மானை
வீடுகொண்ட மைந்தனுக்கு
    வெற்றிதந்த காரணத்தால்
ஏடுகொண்டு நானவளை ஏற்றுகிறேன் அம்மானை!

இப்பிறப்புக் குள்ளே
    இருப்பதெல்லாம் துன்பமென
அப்பிறப்பைக் கேட்டேன்
    அடிமைஇவன் அம்மானை
அப்பிறப்பைக் கேட்ட
    அடிமைஇவன் கண்ணெதிரே
முப்பிறப்பைச் சொல்லி முடுக்கிவிட்டாள் அம்மானை!

கவிஞர் கண்ணதாசன் கவிதைகள்

எப்பிறவி ஆனாலும்
 எங்கெங்கு வாழ்ந்தாலும்
கொப்புடைய செவியாளைக்
 கும்பிடுவேன் அம்மானை
கொப்புடைய செவியாளைக்
 கும்பிடுமோர் காலம்வரை
இப்பிறவி அன்றி இனிப்பிறவேன் அம்மானை!

***

ஏழாவது தொகுதி

மூகாம்பிகை

பூத்துறங்கும் பொய்கையிடை
புதுப்புனலின் அலைநடுவே
பொலியும் மீன்கள்,
காத்திருந்த காதலனைக்
கண்டுவிட்ட காதலிபோல்
களிக்கும் மான்கள்,
மூத்தவளை அவைநடுவே
முறைக்கின்ற இளையவள்போல்
முந்தும் தென்றல்
ஆர்த்தெழுமூ காம்பிகையின்
அழகுவனம் இவற்றையெல்லாம்
அணிந்த வாறே!

***

கவிஞர் கண்ணதாசன் கவிதைகள்

மலையரசி, நீ சாட்சி!

மஞ்சளொடு குங்குமமும்
    வைத்தகுல மங்கையினை
        மனையாகப் பெற்ற ஒருவன்
மதியார்ந்த பண்புடைய
    மாபெரிய மேதையை
        மகனாகப் பெற்ற ஒருவன்
கொஞ்சுதமிழ் வார்த்தைகளில்
    கவிபாடும் ஆற்றலைக்
        குணமாகக் கொண்ட ஒருவன்
கொள்கைவழு வாதநிலை
    எய்தியவன் என்றபேர்
        கொண்டுவாழ் கின்ற ஒருவன்

ஏழாவது தொகுதி

பஞ்சம்வரும் நாளிலே
பசிஎன்று வருவாரின்
பட்டினியைத் தீர்க்கும் ஒருவன்
பகையாளி என்பதே
இல்லாமற் பூமியில்
பணிவாக வாழும் ஒருவன்
நஞ்சுதந் தாலும்அதை
நாகரீ கம்என்று
நானுண்பேன் வண்ண மயிலே!
நலமுடைய சிறுகூடற்
பட்டியில் வதிகின்ற
நங்கைமலை அரசி உமையே!

கவிஞர் கண்ணதாசன் கவிதைகள்

ஆள்தடவி தலைதடவி
அடுத்தவரின் மடிதடவி
அதிகாரம் செய்யும் ஒருவன்
அயர்வோடு தூங்குபவர்
தொடைகளில் கயிறுகளை
அழகாய்த் திரிக்கும் ஒருவன்
நாள்பார்த்து இடம்பார்த்து
பலபேரை ஏமாற்றி
நயவஞ்சகம் செய்யும் ஒருவன்
நங்கையர்கள் யாவருக்கும்
வலைவீசி சுகம்தேடி
நடமாடு கின்ற ஒருவன்

ஏழாவது தொகுதி

தோள்கொண்ட நண்பர்க்குத்
துரோகமே செய்தாங்கு
சுகமாக வாழும் ஒருவன்
சோறுபரி மாறாத
ஈரமில் லாதவன்
சொத்தென்றே அலையும் ஒருவன்
வாழ்ந்தாலும் உயர்ந்தாலும்
வாசலில் நான்நிற்க
வரமாட்டேன் வண்ண மயிலே!
வடிவுடைய சிறுகூடற்
பட்டியில் வதிகின்ற
மாதுமலை அரசி உமையே!

***

தேவியே!

ஆவிநீ அமுதம் நீயே
ஆயிரம் தருவாய் தாயே
காவியக் கண்ணால் எங்கும்
கருணையைப் பொழிகின் றாயே
பாவிகள் சரணம் எய்த
பாததூ ளிகள்கொண் டாயே
தேவியே திருவேற் காட்டு
தெய்வமே எனைக் காப்பாயே!

எத்தனை பிறப்போ மண்ணில்
எத்தனை இறப்போ காணேன்
அத்தனை முடிவும் எல்லை
ஆரம்ப வடிவம் நீயே!
சத்தியம் தர்மம் தம்மை
சார்ந்துநிற் கின்ற தாயே!
சித்திரத் திருவேற் காட்டு
தேவியே எனைக் காப்பாயே'

ஏழாவது தொகுதி

கண்ணிலே ஒளிஉண் டானால்
 காண்பதே உனையே அன்றோ
மண்ணிலே புகழுண் டானால்
 மாதேவி வரமே அன்றோ
விண்ணிலே சொர்க்கம் வந்தால்
 வியத்தகும் அருளே அன்றோ
தண்ணுலாம் திருவேற் காட்டு
 தங்கமே எனைக் காப்பாயே!

பாயிலே படுத்தோ மேனும்
 பழங்கதை நினைத்தோ மேனும்
நோயிலே விழுந்தோ மேனும்
 நுண்ணறி வழிந்தோ மேனும்
வாயினால் உன்பேர் சொன்னால்
 வருவது நலமே யாகும்
தேயுலாம் திருவேற் காட்டு
 தேவியே எனைக் காப்பாயே!

✵✵✵

பண்ணாரி மாரியம்மன்

கண்ணா யிரமுடையாள்
காத்தருளும் பண்புடையாள்
பண்ணாரி மாரியம்மன்
பார்க்கிறாள் - நண்ணாதே
நோயே நொடியே
நூறுவய தாகும்வரை
தாயே துணையிருப்பபாள்
தான்.

கன்றுவய தானமுதல்
காளைவய தானபின்னும்
இன்றுவரை பட்டதெல்லாம்
இன்னலே - நன்றுசெய்தாய்
தாயே என் மாரியம்மா
தனயன் நலம்கொழிக்க
வாயார வாழ்த்துரைத்து
வா.

ஏழாவது தொகுதி

ஆரியமும் செந்தமிழும்
 ஆர்த்தபுகழ் பண்ணாரி
மாரியம்மன் தந்துதவ
 வாழுகிறேன் - வாரியென்
வாயுரைக்கும் சொற்களெலாம்
 வருங்கவிதைப் பூக்களெலாம்
தாயெடுத்துத் தந்தமொழி
 தான்.

தண்ணாரும் பொன்முகத்தாள்
 தளையவிழும் பூங்குழலி
பண்ணாரி மாரியம்மன்
 பாவையால் - எண்ணாத
எத்தனையோ தந்தருள்வாள்
 இத்தரையில் அவள்இலையேல்
அத்தனையும் வெற்றுரையே
 யாம்.

கவிஞர் கண்ணதாசன் கவிதைகள்

மாமுகில்கள் கூத்தாடும்
 மலைகளிடைப் பண்ணாரி
சீர்மலையாய் நின்றிருக்கும்
 செவ்விதனை - ஓர்மொழியில்
நானுரைக்கக் கூடுவதோ
 நலமெடுத்துப் பாடுதற்கு
வானிருக்கும் மாமழையே
 வா.

பார்த்திருப்பாள் செல்வம்
 பகிர்ந்தளிப்பாள் யாவரையும்
காத்திருப்பாள் பண்ணாரிக்
 காரிகையாள் - தேர்த்திருநாள்
கொண்டாட வாரீரோ
 கோதையரே காளையரே
தண்டாடும் மாரியம்மன்
 தாள்.

ஏழாவது தொகுதி

பச்சைமலை நீரோட்டம்
    பண்ணாரி தேரோட்டம்
இச்சையுடன் கண்டாள்
    இசைத்தோட்டம் - அச்சமெலாம்
ஓடாதோ சென்றொளி
    யும்வகை செய்யாதோ
நாடாளும் அம்மன்
    நகை.

காலையிலே நோயாகிக்
    கையெடுத்துக் கும்பிடுவார்
மாலையிலே சீராகி
    வாழவரும் - சேலையிலே
நூலெல்லாம் நோய்தீர்க்கும்
    நூற்றாண்டு நன்மைதரும்
பாலன்றோ மாரியம்மன்
    பால்.

***

மழைபொழி மாரியம்மா!

மழைபொழி மாரியம்மா
மகிதலம் காக்கும் தேவி
தழைதிரை உலகம் முற்றும்
தாங்குவாய் நீயே அன்றோ
இழையிலும் தவறில் லாமல்
எமதுயிர் மக்கள் வாழ
மழைபொழி மாரி யம்மா
மைந்தர்கள் வணங்கு கின்றோம்!

திருச்சிமா நகரம் தன்னில்
தீயவர் கொட்டம் தீர்க்கும்
ஒருத்தியாய்க் குடிகொண் டாயே
ஒருகுடை நிழல்வைத் தாயே
திருத்திஎம் மக்கள் தம்மை
செல்வழி நலம் நடாத்தி
வருத்தமில் லாமல் வைக்க
மழைபொழி மாரி யம்மா!

ஏழாவது தொகுதி

அம்மைநீ இல்லை என்றால்
அண்டத்தைக் கனவே சூழும்
இம்மையில் மறுமை தோறும்
இயங்கிடும் இயக்கம் நீயே
செம்மைசேர் அறங்கள் காப்பாய்
திருத்தொண்டர் நலமும் காப்பாய்
வம்மென வணங்கு கின்றோம்
மழைபொழி மாரி யம்மா!

*(1975-ல் கொடும் வறட்சி நிலவியபோது,
மழை வேண்டி, திருச்சி, மகா மாரியம்மன் மீது பாடியது
- தொ. ஆர்.)*

***

காவேரி போற்றி!

தேவிநின் நீர்மை போற்றி
திருஅவ தாரம் போற்றி
கோவில்கொண் டமர்ந்தாய் போற்றி
குன்றிடைச் செழித்தாய் போற்றி
ஆவிகள் காப்பாய் போற்றி
அறத்தையே வளர்ப்பாய் போற்றி
காவிரி நீர்க்கண் ணாளே
காலகா லங்கள் போற்றி!

கனிமிகும் குடகில் தோன்றி
கன்னடர் தமைத்தா லாட்டி
நனிபெரும் தமிழர் நாட்டின்
நஞ்சைபுஞ் சைக்கு ஊற்றி
தனிப்புகழ் குலப்பெண் போல
தஞ்சையைச் செந்நீ ராட்டி
புனிதமாய் கடலிற் சேரும்
பூவையே போற்றி! போற்றி!

ஏழாவது தொகுதி

நீரின்றி நிலங்க ளில்லை
நிலமின்றிப் பயிர்க ளில்லை
ஓர்தளி உயிரு மில்லை
உலகமென் றொன்றே இல்லை;
மாரிதான் பொய்த்தா ளேனும்
மண்ணிடைத் தண்ணீ ரூறி
சீர்பெறச் செய்யும் தாயே
திருவடி போற்றி! போற்றி!

***

பாமாலை

வாழுவதும் பூமியிலே
வளருவதும் சாமியினால்
ஏழுவகைப் பேர்படைத்த
எங்களம்மா பொன்னியினால்!
பேச்சிகருப் பாயிஎன்றும்
பிச்சம்மா ராக்கிஎன்றும்
ஆவத்தா கல்யாணி
ஆதாரப் பொன்னிஎன்றும்
சீர்படைத்த தாயார்க்குத்
தினம்படைத்துப் பொங்கலிட்டு
நல்லகதி பெற்றோர்கள்
நாட்டுக் குடிசனங்கள்!
தாழ்ந்தகுல மக்களுக்குத்
தலைத்தேவி பொன்னியம்மா!
சூழ்ந்திருக்கும் மற்றவர்க்கும்
துணையிருப்பாள் பொன்னியம்மா!

ஏழாவது தொகுதி

தேவதையைச் சுற்றியுள்ள
        தெய்வம் பதினாறு
அடைக்கலங்காத் தவளென்றும்
        அஞ்சாத காளியென்றும்
நொண்டியென்றும் முனியென்றும்
        நோய்தீர்க்கும் பிரமனென்றும்
சின்னக் கருப்பனென்றும்
        சீர்பெரிய கருப்பனென்றும்
சன்னாசி வீரப்பன்
        தலைமதுரை வீரனென்றும்
சின்னையா சாமிஎன்றும்
        திருவுடைய தடிக்காரன்
ஐயனார் உறுமரென்றும்
        ஆதிமுத்துக் கருப்பனென்றும்
பட்டவன் என்றும்பேர்கள்
        பதினாறு பெற்றவர்கள்

பொன்னியையே சுற்றிநிற்கும்
    புகழுடைய காவலர்கள்!
பறைஒலித்துக் குரலெழுப்பிப்
    பன்றிப்பூ சைநடத்தி
முறையாய்ப் படையலிட்டு
    முழுமனதாய் வணங்குகிறோம்!
அம்மாவின் ஆலயத்தில்
    அர்ச்சனைகள் செய்தபின்னே
புரவி மதுவெடுத்துப்
    பொங்கலிட்டுப் பாடுகிறோம்!
மண்ணாலே செய்துவைத்த
    மாதா உயிர்படைத்து
பெண்ணாக நின்றுஎமைப்
    பேணுகிறாள்; காவல்கொண்டாள்!
*அண்ணா மலைவீட்டை
    அடிமைகொண்ட பொன்னியம்மா

*அண்ணாமலை, கவிஞர் நண்பர்.

ஏழாவது தொகுதி

ஆலயத்தில் பத்தருக்கும்
அடைக்கலங்கள் தந்துவைத்தாள்!
களங்கம் பிறந்துவிட்டால்
கனவில் அவள்வருவாள்
நல்லவழி சொல்வதற்கும்
நாகமாய்த் தோன்றிடுவாள்
கண்கண்ட தெய்வமவள்
கருணையுள்ள தேவியவள்
நாகமாய் வந்தாலும்
நஞ்சுமிழ்ந்து கொன்றதில்லை;
தாயேஎனப் பணிந்தால்
தானே விலகிடுவாள்!
ஆயின் குடியில்
அமர்ந்திருக்கும் எங்களம்மா
தாயாகிச் சேயாகித்
தலைமாட்டில் நின்றிருப்பாள்!

கவிஞர் கண்ணதாசன் கவிதைகள்

வாயாராப் பாடுகிறோம்
 மனதார வணங்குகிறோம்
தாயாலே தானிந்தத்
 தரணியில் வாழுகிறோம்!
பொன்னியம்மா! பொன்னியம்மா!
 பூமிபுகழ் பொன்னியம்மா!
கண்திறந்து எப்போதும்
 காத்தருள்வாய் பொன்னியம்மா!

(புதுக்கோட்டை மாவட்டம், இராயவரத்தில் கோவில் கொண்டுள்ள பொன்னியம்மா திருவிழாவின்போது பாடியது.)

***

ஏழாவது தொகுதி

மாதா

ஆழ்கட லோடும் கலங்களை எல்லாம்
　　ஆபத்தில் காத்தருள்வாள்
அண்டிய பேர்க்கு நல்லருள் வாக்கு
　　யாவையும் தந்தருள்வாள்
சூழ்துயர் நோய்கள் சூழ்ச்சி பொறாமை
　　சுட்டும் எரித்திடுவாள்
சோதி முகத்தாள் சாதி மதத்தை
　　சற்றும் நினைத்தறியாள்
வாழ விரும்பும் மானிடர்க் கென்றே
　　வந்தருள் பொன்மாதா!
வலிமை மிகுந்த சக்திஇ தென்று
　　வாய்த்தவள் பூமாதா
வேளாங் கண்ணியில் குடிகொண் டிருக்கும்
　　மெய்யுடைத் தவமாதா
விழுவார் தொழுவார் உள்ளங்க ளெல்லாம்
　　மெழுகாய் உருகாதா!

***

மாதீது

பகுதி : மூன்று

தேசம் போற்றுதும் அமரர்கள் போற்றுதும்

மூலம் : வேதா

தேகம்
பெறுதற்கும்
அறிவுக்கும்
பேறுதற்கும்

ஏழாவது தொகுதி

தேசத்தை ஒன்றாய் வைப்போம்

மனம்பல; மொழிகள் நூறு
    மதங்களும் பத்தின் மேலாம்
இனம்பல, நிறங்கள் வேறு
    இந்தியக் குலமிவ் வாறு
வனம்படு மரங்க ளேபோல்
    மாறினும் குணத்தி னாலே
தினம்தினம் நெருங்கி வந்தார்
    தேசத்தை ஒன்றாய்க் கண்டார்!

இமயத்தில் தொடங்கி கன்னி
    எழில்திரை எல்லை மட்டும்
தமையொத்தார் பிறரும் என்று
    தழுவியே வாழ்தல் கண்டோம்
நமையொத்த சோதரர் கள்
    நல்வழி வாழ்தல் வேண்டி
சமயத்தில் உதவி செய்த
    தன்மையால் உயர்ந்து நின்றோம்!

கவிஞர் கண்ணதாசன் கவிதைகள்

தெலுங்கர்கள் அரிசி தந்தார்
    செந்தமிழ் நாட்டார் தாமும்
இலங்குமோர் உணவு தந்தார்
    எழில்மிகு கேர ளத்தார்
நலந்தரும் நீரைத் தந்தார்
    நல்லவர் பாஞ்சா லத்தார்
பலன்தரும் பருப்பைத் தந்தார்
    பயன்தனைப் பகிர்ந்து வாழ்ந்தோம்!

ஒவ்வொரு மாகா ணத்தும்
    ஒவ்வொரு பொருளை வைத்தான்
செவ்விய இறைவன்; அந்த
    சிறப்பினால் கலப்பு வாழ்க்கை
இவ்வரை துயரில் லாது
    இயங்கிடக் கண்டோம்; இந்த
செவ்வழி தொடர்ந்து வாழ்வோம்
    தேசத்தை ஒன்றாய் வைப்போம்!

ஏற்றுங்கள்; போற்றுங்கள்!

திங்களோர் முறைதான் பூக்கும்
சித்திர வடிவம் காட்டும்
செங்கழு நீர்ப்பூப் போல
தேயமோர் திருநாள் காண(த்)
தங்களை ஈந்தார்; அந்தத்
தலைவரை எண்ணும் நாளே
மங்கலத் திருநாள்; இன்று
வணங்குவோம் அவரை வாழ்த்தி!

வெடித்தது கருவி; ஆங்கே
வீழ்ந்தது குருதி; மண்ணில்
துடித்தது ஆவி; ஆயின்
தொட்டகை விட்டா ரில்லை!
பிடித்ததோர் கொடியை மார்பில்
பிணைத்தவர் மறைந்தார்; அந்தப்
படித்தளத் தின்மேல் தானே
பறக்கின்ற கொடியைக் கண்டோம்!

கவிஞர் கண்ணதாசன் கவிதைகள்

ஏற்றுங்கள் கொடியை வானில்;
    ஏற்றிடும் போதே நெஞ்சில்
போற்றுங்கள் காந்தி என்னும்
    புண்ணிய மூர்த்தி தன்னை!
மாற்றுங்கள் சமுதா யத்தை;
    மாபெரும் பரத நாட்டில்
ஆற்றுங்கள் சிறந்த சேவை;
    அன்னைக்கு மகன்தான் காவல்!

இந்தியா பெற்ற வாழ்வு
    எவரெவர் கைக்கோ சென்று
சந்தியில் நின்றார் மக்கள்
    தாயகம் நினைவா ரில்லை;
இந்திரா என்னும் சக்தி
    எழுந்தது முதலே வாழ்வில்
இந்தியா உயர்ந்த தென்று
    எல்லோரும் பண்பா டுங்கள்!

***

பூங்கிளிக் கூடு

ஆழ நெடுந்திரை சூழ வலம்வரும்
அன்னை பாரதமே - பல்
லாயிரம் மொழிகள் ஒன்று கலந்திடும்
பாரதப் பொன்மனமே!

வாழிய உன்இனம் வாழிய உன்மொழி
வாழிய தாயகமே - உன்
வள்ளல் மனத்தில் மட்டும் எழுந்தது
பூமியின் ஓர்குலமே!

தத்துவ ஞானத் தருமம் வளர்த்தவர்
தந்தை காந்தியம்மா
தந்ததைக் கொண்டு புதுமை சமைத்தவர்
தலைவர் நேருவம்மா!

இத்தரை முழுதும் ஏங்கிக் கிடப்பது
இயலும் சாந்தியம்மா - நாம்
இரும்புக ளாயினும் கரும்பு களாவோம்
அமைதியில் நீந்தியம்மா!

கவிஞர் கண்ணதாசன் கவிதைகள்

நால்வகை மதமும் உறவுகொண் டாடும்
நாடெங்கள் நாடல்லவோ - இது
நன்மையும் தீமையும் ஒன்றெனக் கருதும்
நலம்மிகும் ஏடல்லவோ!

வேல்விழி மாதரும் வீரம் விளைத்திடும்
வேங்கையின் வீடல்லவோ - இது
விண்ணில் பறந்தபின் கண்ணியமாய் வரும்
பூங்களிக் கூடல்லவோ!

இனங்களுக் குள்ளே பகைமை வராமல்
எதிர்த்து நிற்போம்தாயே - நாம்
இருக்கின்ற பொருளைக் கிடைக்கின்ற புகழைப்
பகிர்ந்துகொள்வோம் தாயே!

ஜனங்களுக் கெல்லாம் வாழ்வினை நல்கும்
சமதருமம் ஒன்றே - அதை
சந்திக்கும் வரையில் சிந்தனை ஒன்றே
சபதமிட்டோம் இன்றே!

✱✱✱

சுதந்திரச் சிறகுகள்

காவமைத்தன மல்லிகை மொக்குகள்
கலையமைத்தன காலிற் சலங்கைகள்
பூவமர்ந்தன பொன்னிற வண்டுகள்
புகையமைத்தன வெண்ணிற மஞ்சுகள்
நாவமைத்தன ஆயிரம் பாடல்கள்
நமக்கமைந்தன சுதந்திரச் சிறகுகள்;
தேவைவேறெது மானிடச் சாதியே
தேடிநின்றது சுதந்திரம் ஒன்றையே!

பாடுகின்றன வானிடைப் பாடிகள்
பழகுகின்றன பைங்கிளிச் சாதிகள்
ஆடுகின்றன பூந்துகில் தோகைகள்
அதிருகின்றன புயல்இடி மின்னல்கள்
கூடுகின்றன கூடிடைப் பறவைகள்
கொஞ்சுகின்றன தென்றலிற் சோலைகள்
நாடுகின்றன சுதந்திர வேட்கைகள்
நாம்நினைப்பதும் சுதந்திரம் ஒன்றையே!

மற்றவர்க்குத் துயர்தர அஞ்சுவோம்
வசைபொழிந்திடும் பழியினை மாற்றுவோம்
கற்றவர்எலாம் நல்வழி காட்டுவோம்
கண்ணியத்தினை யேநிலை நாட்டுவோம்
அற்றவர்க்குப் பொருள்பல கூட்டுவோம்
அன்னைசக்தியின் ஆணையை நாட்டுவோம்
பெற்றசிந்தனை ஆயிரம் கோடியே
பேணிநிற்பது சுதந்திரம் ஒன்றையே!

காட்டுமாடுகள் போன்றவர் தம்மையே
கட்டுப்பாட்டினால் கட்டிவைப்போம்; எனில்
நாட்டுமக்களில் வஞ்சனை யற்றதோர்
நல்லமக்களின் நன்மையை நாடுவோம்;
பாட்டினாலும்இச் சுதந்திரம் காக்கலாம்
பக்குவத்திலும் சமநிலை காணலாம்
சூட்டுக்கோலினால் தானிவை வருமெனில்
தூக்கும்கைகளைத் தொடர்ந்துநாம் வாழ்த்துவோம்!

ஏழாவது தொகுதி

சட்டம்என்பது நன்மையும் செய்யலாம்
*   தர்மம் என்பது தீமையும் ஆகலாம்*
கட்டளைகளால் நேர்மையும் நாட்டலாம்
*   கட்டவிழ்ப்பதால் கொடுமையும் தோன்றலாம்;*
இட்டகட்டளை ஏதென எண்ணுவோம்
*   இட்டவர்களின் நேர்மையைப் போற்றுவோம்*
பட்டவேதனை தீர்ந்துயர்ந் தோங்கவே
*   பாரதத்திரு சுதந்திரத் தேவியே!*

✻✻✻

கவிஞர் கண்ணதாசன் கவிதைகள்

மூன்று சகாப்தங்கள்

ஆயிரம் ஆண்டில் ஓர்நாள்
    அவதரிப் பார்கள் மேலோர்
தாயினும் கருணை சால்
    தகைமையும் பண்பும் கொண்டு
சேயினும் தூய்மை மிக்கு
    சிறப்புடன் வாழ்வார்; தங்கள்
வாயினும் கைக ளானும்
    வழங்குவார் நன்மை யாவும்!

பாரதம் பிறந்த காலம்
    பரம்பொருள் பிறந்த காலம்;
நாரதர் தேவர் மூவர்
    நாட்டிய பூமிக் கோலம்;
நேருதான் அவரின் பின்னே
    நிகழ்ந்ததோர் பெருமைக் கீதம்;
யாரிதை மறுப்பார்? நல்ல
    அறிவுளார் மறுக்க மாட்டார்!

ஏழாவது தொகுதி

தன்னையும் நாடும் ஒன்றாய்
    சமநிலை கண்டான் நேரு
பொன்னொடும் பூவும் ஒன்றாய்
    புகழறம் படைத்தான் நேரு
இன்னலும் வறுமை தீர
    இயக்கினன் தொழில்கள் நூறு;
மன்னவன் புகழுக் கீடாய்
    மாநிலத்தில் யார் வேறு?

பண்டித மோதி லாலைப்
    பாரதம் கண்ட நாட்கள்
பண்டித ஜவாகர் லாலைப்
    பாரதம் பெற்ற நாட்கள்;
பண்டித மகளை இன்று
    பாரதம் வணங்கும் நாட்கள்
எண்டிசை பரத நாட்டை
    ஏற்றியே புகழும் நாட்கள்!

சுதந்திரத்தைத் தேடுகிறேன்!

சுதந்திரம் என்ப தாக
 சொல்லொன்று கேட்ட துண்டு
இதந்தரும் சுதந்தி ரத்தை
 இன்றும்யான் கண்டே னில்லை;
மதந்தரும் நீதி யன்றி
 மற்றுமோர் நீதி இல்லை
நிதந்தரும் வானில் கூட
 நீர்ப்பிடிப் பென்ப தில்லை!

அறவிலை வணிகர் இல்லை
 அன்பினை அறிந்தா ரில்லை
நெறிமுறை பார்ப்பா ரில்லை
 நேர்மையை மதிப்பா ரில்லை;
இறைமுறை பிழையா ராக
 இயங்குவார் எவரு மில்லை
வரையிலாச் சுதந்திர ரத்தில்
 வாழ்வின்றித் தாழ்வே கண்டேன்!

ஏழாவது தொகுதி

அரசியல் பிழைப்பார் கண்டேன்
அறிவியல் தவறக் கண்டேன்
முரசினை முழங்கிப் பின்னர்
முதுகுகாட் டுவதும் கண்டேன்;
தரமிலா மேடை கண்டேன்
தகையிலா உள்ளம் கண்டேன்
வரம்பற்ற சுதந்திர ரத்தின்
வடிவினைக் கண்டே னில்லை!

பறவைகள் அனைத்தும் நன்றாய்
பறக்கவும் சேர்ந்து வாழும்
உறவுகள் ஒன்றுக் கொன்று
உதவவும் நண்ப ரெல்லாம்
கறவைபோல் பிறரை எண்ணிக்
கறக்காமல் இருப்பதும் தான்
முறையான சுதந்தி ரத்தின்
முழுமையாம் வடிவம் என்பேன்!

கவிஞர் கண்ணதாசன் கவிதைகள்

பாரத நாடே! அந்த(ப்)
    பண்பினைப் பெறமாட் டாயா?
சீர்பெறும் மக்காள்!
    சிறப்பினைக் கொளமாட் டீரா?
ஓர்பெரும் நாட்டின் பூக்கள்
    ஒவ்வொன்றும் தனியே நின்றால்
யார்மணம் யாரைச் சேரும்?
    ஆண்டவா! பதில்சொல் வாயே!

***

சாத்தானுக்கு விண்ணப்பம்

கங்கை எங்கே? காவிரி எங்கே?
பொங்கு மிரண்டையும் சங்கம மாக்கி
நீரொன் றேபோல் நிலமும் ஒன்றென
காட்டிய பெருமை காந்தியைச் சாரும்!

இமயம் எங்கே? விந்தியம் எங்கே?
இருமலை யுச்சியில் ஒருமுடி போட்டு
சமயமே கங்கள் சதிராட விட்ட
தலையாப் பெரும்புகழ் காந்தியைச் சாரும்!

தத்துவ ஞானியோ? தற்குறி தாமோ?
திறந்த மேனியோ செல்வந்தர் தாமோ
எவரா யினும்அவர்க் கிங்கொரு வாக்கு
நிலையாய்த் தந்தது நேருவின் உள்ளம்!

விழுந்தடி பட்ட வீரனின் உடம்பில்
கட்டுப் போட்ட காயங்கள் போல
சந்துக்குச் சந்து சமஸ்தா னங்கள்
இந்திய நாட்டில் எங்கும் கிடந்ததை

கவிஞர் கண்ணதாசன் கவிதைகள்

ஒடுக்கி அடக்கி ஒருநா டாக்கிய
பார்புகழ் பெருமை படேலைச் சாரும்!
கல்லா தவரும் இல்லா தவரும்
கற்றுத் தொழில்செயக் காட்டிய பெருமை
காமராஜ் என்னும் கருணையைச் சாரும்!

தேசம் என்பதைத் திருத்தி யமைத்தது
மூவண்ணக் கொடி மூலமே யன்றி
வேறொரு கொடிஇதில் வித்திட்ட தில்லை!
ஆடும் இந்திய ராட்டங்க ளெல்லாம்
அந்தக் கொடியின் அன்பினைச் சாரும்!

எந்தப் பணியும் இதுவரை இன்றி
முந்தி நடந்து முன்கை யூன்றி
அரசு கட்டிலே அமர்ந்தனர் பல்லோர்!
அப்பன் விதைத்த அற்புத வயலை
அறுவடை செய்யும் ஆதிக்கம் பெற்றவர்
ஆண்மை இழந்து அடங்கினர் இன்று!

ஏழாவது தொகுதி

விதியின் கோடுகள் விளைத்ததுன் பங்கள்
சுதந்திர பூமியில் சுடர்விடக் கண்டோம்!
நாளை யாவது நன்னிலை வளர்ந்து
பக்குவம் பெற்றவர் பதவியி லேறிட
இறைவன் கருணை இல்லா விடினும்
சாத்தா னாவது தனியருள் புரிக!

✻✻✻

கவிஞர் கண்ணதாசன் கவிதைகள்

காந்தி, நீ பிறக்க வேண்டாம்!

பிறப்பினைப் பெறுவா ரெல்லாம்
 பிறந்ததில் சிறந்தா ரில்லை;
இறப்பினை அடைவா ரெல்லாம்
 இறந்ததில் உயர்ந்தா ரில்லை;
பெறப்படும் பிறப்பை நாட்டின்
 பெருமைக்கே அளித்தார் மட்டும்
சிறப்புறு புகழும் பெற்றார்;
 தெய்வத்தோ டிடமும் பெற்றார்!

பொய்சொல்லிப் புகழ்தல் வேண்டார்
 பொன்னாடை மலர்கள் வேண்டார்
கைதட்ட ஆட்கள் வேண்டார்
 கவிபாடும் அரங்கம் வேண்டார்;
நெய்தொட்ட கையே போல
 நெடிதுயர் வாசம் நல்கும்
மெய்பெற்ற வாழ்க்கை அன்றோ
 மேலுற நடத்திச் சென்றார்!

ஏழாவது தொகுதி

காந்தியும் அவர்பின் னாலே
        கணக்கற்ற சீடர் தாமும்
நீந்திய தியாகத் தீயை
        நினைக்குங்கால் சிலிர்க்கும் மேனி;
ஏந்திய விளக்கில் தாங்கள்
        எண்ணெயாய் விழுந்தார் அந்நாள்
சாந்திக்கு ரத்தம் தந்தார்;
        தர்மத்தின் நிழலாய் நின்றார்!

இன்றைய சமுதா யத்தை
        எண்ணுங்கால் அவர்கள் செய்த
அன்றைய தியாகம் யாவும்
        அழிந்தன என்றே தோன்றும்;
நன்றிஇல் லாதார் மக்கள்;
        நடைமுறை அவமா னங்கள்;
மன்றிலை எதையோ கேட்டு
        மாலைகள் அணிவிக் கின்றார்!

ஒருவழி சரியாய் நின்ற
    உத்தமத் தலைவா நீயும்
மறுபடி பிறந்தால் இந்த
    மண்ணிலே பிறத்தல் வேண்டாம்;
திருமகள் பிறந்தா ளென்றால்
    தெருத்திண்ணை கோவி லல்ல!
குருமக ராஜா உந்தன்
    கொள்கையைக் காப்பா யாக!

✼✼✼

ஏழாவது தொகுதி

நேர்மை பிறந்த நாள்!

நடந்து வந்த பாதையை நானே
திரும்பிப் பார்த்துத் திகைத்துநிற் கின்றேன்
காந்தியைக் கண்டேன்; நேருவைக் கண்டேன்
கண்ணியன் சி. ஆர்., காமராஜ் கண்டேன்
ஏந்திய கொள்கை என்பதற் காக
நீந்தி மடிந்த நேர்மையைக் கண்டேன்
அந்தத் தலைமுறை அடியோ டழிந்தது;
ஆல மரத்தின் அடிமரம் வீழ்ந்தது.
இன்றைய விழுதுகள் என்னசெய் கின்றன
எல்லாம் நாடகம் இயற்கைக்கு விரோதம்!
நேரு பிறந்தநாள் நெருங்குமின் நேரம்
நினைவாஞ் சலியைஎன் நெஞ்சினில் படைக்கிறேன்
தங்கத் தட்டிலே சாப்பிட்டு வளர்ந்தவன்
தாய்த்திரு நாடே தானெனத் திகழ்ந்தவன்
ஓயா உழைப்பினன் உத்தமக் கொள்கையன்
மாயா நேர்மை மாண்பினைப் பெற்றவன்

உள்ளொளி பரப்பிய உன்னதக் கதிரவன்
வெள்ளலைக் கடலென விளங்கும் கருத்தினன்
தத்துவ ஞானத் தலைவனாய்த் திகழ்ந்தவன்
இறவா எழுத்தினை எழுதிய மன்னவன்
சிறையின் கதவுகள் திறந்தபோ தெல்லாம்
முதலடி வைத்தவன் முன்னின்ற தானையன்
ஊரார் பணத்தை உண்டுவா ழாதவன்
சொந்தம் சுகமெனச் சொத்துச் சேர்க்காதவன்
இருந்த செல்வங்களை இழந்தே வளர்ந்தவன்
வெள்ளுடை ஆண்டி விஞ்ஞான சந்யாசி
புன்னகை அரசிகள் புகைப்படம் பிடிக்கும்
இந்நாள் அவனது இன்முகம் நினைத்தால்
அன்னவன் புன்னகை யார்க்கும் வாய்க்காது!
அமெரிக்க நாட்டின் ஆழக் கடலை
சோவியத் நாட்டைச் சுற்றிய கடலை
இணைக்கும் பாலமாய் இருந்தே வென்றவன்

ஏழாவது தொகுதி

அணுகுண்டு தடைக்கும் அவனே காரணம்
பஞ்சசீ லம்அவன் பரிசெனத் தந்தது!
கூட்டுச் சேராமையைக் கொடுத்தவன் அவனே
சிறிய நாடுகளின் விடுதலைச் சித்திரம்
பெரிய நாடுகளின் பிரியத்துக் குரியவன்
இந்தியர் பெருமை எங்கும் வளர்த்தவன்
சந்ததி வணங்கும் ஜனநா யகத்தில்
கோடியில் ஒருவன் குன்றின்மேல் விளக்கு
பாடிய அனைத்தும் அமைதிப் பாடலே
சிந்தை உறுதியால் சீனத்தை வென்றவன்
இந்தநாள் அந்தநாள் எந்தநாள் எனினும்
நேருவை நினைப்பதே நெஞ்சுக்கு நன்றி!
பண்டிதர் பிறந்தநாள் பகைமையை வென்றநாள்
ஜவாகர் பிறந்தநாள் சமதர்மம் வந்தநாள்
நேரு பிறந்தநாள் நேர்மையே பிறந்தநாள்
நீடுவாழிய நேருவின் நாமமே!

***

கவிஞர் கண்ணதாசன் கவிதைகள்

சரித்திர நதியில் புகழ் அணைக்கட்டு!

சரித்திர நதியின் தாளாத வெள்ளத்தில்
ஜனனங்க ளெத்தனை? மரணங்க ளெத்தனை?
குறுக்கிடும் நாணலோர் கோடியாய் இருப்பினும்
தனக்கொரு திசையினைத் தடம்காணும் ஆறுகள்
ஆடாதி ருக்குமேல் அவைமரங் கள்அல!
ஓடாதி ருக்குமேல் ஒன்றுமே நதியல!
கரிகா லன்முதல் காமராஜ் வரையிலே
வரலாற்று நதிதந்த வாரிசுக் கிளைகள்தாம்!
கரைமீறிப் போகும்நீர் கால்வாயில் ஓடலாம்!
வரைமீறும் வெள்ளங்கள் வாய்க்காலில் ஓடலாம்!
வரப்பிலும் ஓடலாம் வரம்பின்றி ஓடலாம்!
கொலையுண்டோன் சரித்திரம் கொன்றவன் சரித்திரம்
எழுதுவோன் சரித்திரம் எழுத்துக்கள் சரித்திரம்
அழுதவன் சரித்திரம் அழவைத்தோன் சரித்திரம்

ஏழாவது தொகுதி

பிணக்குகள் சரித்திரம், பிரிவுகள் சரித்திரம்;
காதலும் சரித்திரம், கடிமணம் சரித்திரம்;
சரித்திர வரிகட்குத் தப்பினான் ஒருவனேல்
வெந்ததைத் தின்னவே விதிவிட்ட பாத்திரம்!
மானிடச் சாதிக்கு வரலாறு முக்கியம்
பிறக்குங்கால் எவரிங்கு சரித்திரம் பெற்றனர்?
பிறந்தவர் வளர்ந்தபின் பெறுவதே சரித்திரம்,
அறிவுள்ள மனிதரை ஆராயும் சரித்திரம்;
பிறப்பினில் இருந்துதான் பிழையின்றித் துவங்கிடும்!
அப்போது தானவன் அன்னையும் தந்தையும்
எப்படிச் சிறந்தனர் என்பது விளங்கிடும்!
மகன் தந்தைக்(கு) ஆற்றும் உதவிஇவ் வையத்து
புகழ்பெற்று வாழ்தலே; பூமியில் சிறத்தலே!
இன்னார் மகனென்று இயம்புமா றோங்கினால்,
தன்னாதே பெற்றவர் தரமும் உயருமால்!
பணம்இன்று வரும்நாளைப் பறக்கும் நாமறிந்ததே!

கவிஞர் கண்ணதாசன் கவிதைகள்

புகழ்வந்த பின்னாலே புத்தியில் காப்பதும்
இகழ்வந்து சேராமல் இயற்கையில் தடுப்பதும்
மனிதன் மனிதனாய் வாழுமோர் தகுதியாம்!
தன்னைத்தான் அளப்பதும் தாரணி அளப்பதும்
பொன்னைக்கொண் டல்ல;நற் புகழைக்கொண் டல்லவே
புகழினிற் கேஇந்தப் பூமியில் தோன்றினேன்
புகழுடன் மடியவே புத்தியில் எண்ணினேன்!
தகவுடை காமாட்சி தாயேவிசா லாட்சி
மகன்புகழ் காப்பதும் மாறாத கடமையே!

ஏழாவது தொகுதி

ராஜா இல்லாத ரோஜாக்கள்!

புன்னகை மொட்டுகள்
    புதியநற் கவிதைகள்
வெண்ணிலாக் கீற்றுகள்
    வேதத்தின் சாரங்கள்

தன்னிக ரற்றதோர்
    தனிப்பெரும் செல்வங்கள்
விண்ணிலும் மண்ணிலும்
    விளையாடும் கீதங்கள்

மன்னவன் நேருதன்
    மனங்கொண்ட மன்றங்கள்
பொன்னினும் மணியினும்
    புகழ்பெறும் அமுதங்கள்

பிள்ளைகள் அவை
    பேசிடும் தெய்வங்கள்
காதலும் கவிதையும்
    கடைசியிற் தள்ளியே

கவிஞர் கண்ணதாசன் கவிதைகள்

குழந்தையைத் தெய்வமாய்க்
 கொஞ்சினான் ஜவாஹர்லால்
அவனுமோர் குழந்தையாய்
 அவருடன் ஆடினான்!

செருகுவான் சட்டையிற்
 சிவப்புரோ ஜாவினை
மறுகுவான் கண்டதும்
 மழலைரோ ஜாவினை!

இரக்கமும் பாசமும்
 எவ்விடம் உள்ளவோ
அவ்விடம் கவிதையின்
 அவதார ஸ்தலமாகும்.!

பாசத்தில் ஜவாஹர்லால்
 பழகிய பிள்ளைகள்
கண்டனர் திருவிழா
 காசினி முழுவதும்

ஏழாவது தொகுதி

குழந்தைகள் வளரலாம்
    குழந்தையின் உள்ளமும்
குழந்தையின் மழலையும்
    குறும்பான செயல்களும்

தன்னிடம் கொண்டதோர்
    ஜவாஹர்லால் இல்லாமல்
சிறுவர்கள் ஆண்டுக்குச்
    சிறப்பென்ன புகழென்ன?

தாயிலாக் குழந்தைகள்
    தவழட்டும்; ஆடட்டும்
ஆயிரம் ஆண்டுகள்
    ஆயினும் குழந்தைக்கு
நேருவே தாயெனும்
    நினைவுகள் வளரட்டும்!

❃❃❃

கவிஞர் கண்ணதாசன் கவிதைகள்

நேருவின் நினைவே நேரிய நினைவு!

மண்ணகம் கூடி மக்களைப் பெறலாம்
கோடி மக்களில் குணமுள ஒருவனைப்
பெறுவோர் தமக்கே பெற்றோர் எனும்பெயர்!
ஆல மரத்தில் ஆயிரம் இலைகள்
வந்தால் என்ன வாடினால் என்ன?
வேரைப் பொறுத்தே விதியின் பயணம்!
ஆணிவே ராக அமைந்தவர் சிலபேர்
உலக மெங்கினும் உத்தமர் இருப்பினும்
இலகு பெரும்புகழ் ஏற்றவர் சிலரே!
பண்டித நேரு பரம்பரைப் பெருமையன்
உண்டும் உறங்கியும் உதவா தவனாய்
கண்டதும் நாடிக் கரைந்தவன் அல்லன்;
வயது வந்து வாசலில் நின்றது
மனது இந்த மண்ணை நினைத்தது
அன்று தொடங்கிய அழியா உணர்ச்சி
என்றும் நின்றது இறுதி வரைக்கும்!

சென்றான் அவன்எனச் சேதியும் வந்தது;
தீயில் அவனுடல் சிதைவுற் றழிந்தது
நெருப்பும் அவனது நேர்மையைப் புகழ்ந்தது!
காந்தியாம் அண்ணலும் கண்ணியன் நேருவும்
மாந்தர் உளவரை மறக்கவொண் ணாதவர்!
சாந்தம் உரைத்த தலைவன் மகாத்மா;
ஏந்தும் தொழில்களை இயக்கினான் நேரு!
நேருவைப் போலொரு நேரிய மனிதன்
உள்ள வரைக்கே உலகம் பிழைக்கும்!
நாட்டுக் காகத் தன்னலன் இழந்தனன்
வீட்டை மறந்து விழுப்புண் பெற்றனன்!
உத்தமர் நேருவை உளத்திற் பதித்து
அத்தகு மகன்போல் அழகிய மக்களைப்
பெற்றெடுப் போரே பேறும் பெற்றவர்
நேருவை தினமும் நினைப்போ மாக!
நிறைந்த மனத்துடன் நினைப்போ மாக!
நேருஇல் லாவிடில் நீயார், நான்யார்?
தேரும் இதையே தேசமே கேட்க!

***

தரம்மிக்க கதைகள் யாத்தார்!

அறத்தையே கதைக ளாக்கி
அகன்றதோர் பரத நாட்டின்
திறத்தினை உலகம் காணச்
செப்பிய மேதை எங்கள்
சரத்சந்திர பாபு தன்னைத்
தலைதாழ்ந்து பணிகின் றோம்யாம்
வரத்தினால் பிறந்து வந்த
மன்னவன் நினைவு வாழ்க!

சரயூவை அமூல்யன் தன்னை
தத்துவப் படைப்பாய்த் தந்து
வரையற்ற பாசம் தன்னை
வைகுந்தன் உயிலில் காட்டி
நெறிமுறை பிறழா தான
நிலையினில் கதைகள் யாத்த
தரம்மிக்க பரத மைந்தன்
சரத்பாபு நினைவு வாழ்க!

***

ஏழாவது தொகுதி

சரத்சந்திரர்

சரத் காலத்துச் சந்திரன் தனக்கு
தனிப்பெரும் புகழ்சேர் சரித்திரம் உண்டு
பனியாய்க் குளிராய் பலநாள் ஒளியாய்
பாரலங் கரிக்கும் பண்புகள் உண்டு!
வலிமை மிகுமோர் வங்கதே சத்தில்
அத்தகு சந்திரன் அவதரித் தான்காண்!
பண்புறு கதைகள் பலவும் உரைத்து
மண்ணின் மைந்தர் மகிமைகாத் தான்காண்!
இன்னவன் எழுதிய எழுத்தினைக் கற்றே
வண்ணக் கதைகள் வடித்தேன் யானும்
கதைசொலும் பாணியில் கருவும் உருவும்
கதையில் பாரதக் கண்ணியம் பெருகும்
சாத்திர நெறிமிகும் சமுதா யத்தின்
பாத்திரங் களைஅவன் படம்பிடித் தான்காண்!
பறங்கியர் நுழைந்த பண்டைய நாளில்
பங்கிம் சந்திரன் படைத்தனன் நூல்கள்

தங்கவங் காளத் தலைமகன் பின்னே
சரத் சந்திரனும் தந்தனன் நூல்கள்
அவையே நாட்டின் அற்புதப் படங்கள்
அழியாக் கதைகள்; அழகிய கலைகள்!
வருநூ றாண்டுகள் வாழ்த்தும் படிக்கு
பெருநூல் தந்த பேரறி வாளன்
ஒருநூ றாண்டின் உச்சியை எய்தினன்
அன்னாள் இல்லை; ஆன்மா உள்ளது;
இன்னாள் அவனது பொன்னாள் வந்தது!
மேநாட் டவரும் வியக்கும் வண்ணம்
கீழ்நாட் டொருவன் கிளற்றிய ஓவியம்
எந்நாட் டவரும் இன்புறத் தக்கது!
தென்னாட் டவரும் திருவிழாக் கண்டு
நம்நாட் டவனின் நலங்கள் பாடுக!
வாழிய அவன்பேர்; வாழிய அவன்சீர்!
வங்கதே சத்து வளர்பிறை வாழ்க!

***

ஏழாவது தொகுதி

பாரதி

காற்றும் புயலும் கடுகிய இடியும்
தூற்றலும் உயரத் துள்ளும் அலையும்
கொந்தளித் திருந்த கொடியகா லத்தே
இந்தியக் கப்பலை இயக்கினர் சில்லோர்!
அந்தக் கப்பலில் ஆணிகள் பழுதாய்
யந்திரம் பழுதாய் யாவையும் தவறாய்
இருந்தகா லத்தே இயக்கத் தொடங்கினர்!
அப்படி இயக்கிய அற்புதக் கைகளை
தட்டிக் கொடுத்தும் தனிவலு சேர்த்தும்
முட்டுக் கொடுத்தும் முடுக்குறச் செய்த
பாரதக் கவிஞன் பாரதி ஒருவனே!
தமிழ்நா டவனால் தலைநிமிர்ந் திருந்தது
வடநா டவனால் வாழ்வை அறிந்தது
கவிதைச் சுவையைக் கற்றிலா மக்கள்
ஆங்கிலச் சுகத்தில் ஆழ்ந்தகா லத்தே
தன்னந் தனியே தமிழிற் பாடிய

கவிஞர் கண்ணதாசன் கவிதைகள்

வண்ணக் கவிஞன் மரணமில் பாரதி!
பாட்டைக் கேட்டுப் பரவசப் பட்டு
கைதட்டு வோரைக் காணா நாளில்
தோன்றிய உணர்ச்சியைச் சுடராய் வடித்து
பிற்கா லத்துப் பிள்ளைக்கு வைத்தான்
கும்பிடு வாரின்றிக் கோவில் கட்டினான்
கும்பிட இந்நாள் கூட்டம் திரண்டது!
ஒளிஇலாக் குகையில் ஓவியம் தீட்டினான்
ஓவியமே இன்று ஒளிவிளக் கானது!
தென்னாட் டொருவன் தீர்க்க தரிசியாய்
எந்நாட் டவரும் ஏற்றும் மேதையாய்
இந்நாள் பிறந்தான் என்பதை அறியார்
அந்நாள் மக்கள், ஆயினும் பாடினான்
சந்திர மண்டலம் சந்திப்போம் என
மந்திரக் கவிஞன் மணிச்சொல் உதிர்த்தான்
எழுப தாண்டுகள் எட்டிய பின்புதான்

ஏழாவது தொகுதி

அந்தவிஞ் ஞானம் அறிந்தது உலகம்!
வடக்குக் கங்கையை மத்திய இந்திய
மண்ணுக் கிழுத்து வருவோம் என்றான்
இன்றுதானே நாம் இப்பெரு நாட்டில்
கங்கை - காவிரி கலப்பைப் பேசினோம்!
அந்நியச் செலாவணி அதிகரிக்கும் வழி
மன்னவன் பாரதி வகுத்ததோர் வழியே!
புல்லும் விளையாப் பொட்டை நிலத்தில்
தண்ணீ ரில்லாத் தனிப்பெருங் காட்டில்
நின்ற படியே நெல்முளைத்தது என
பாடிப் பாடிப் பரவசப் பட்டான்!
சுதந்திரம் இந்தத் தூய பூமிக்கு
வராதென் றேபலர் வாழ்ந்த காலத்தில்
அடைந்து விட்டோம்என ஆர்ப்பரித்தான்! அவன்
கல்லின் அடியில் கனிந்ததோர் கனிமரம்
வானைத் தொடும்படி வளர்ந்தது இன்று!

கவிஞர் கண்ணதாசன் கவிதைகள்

ஞானப் புலவன் நல்லா சிரியன்
ஈனச் சாதிகள் இடுப்பை ஒடித்தவன்
கானப் பெருங்குயில் கற்பனைச் சிகரம்
ஆயிரம் ஆண்டில் அதிசய மாக
ஒருமுறை பிறக்கும் உயர்ந்த பிறப்பு
சொல்லச் சொல்லச் சுவைமிகும் பெயரை
எண்ண எண்ண இனித்திடும் பெயரை
பிறந்தநாள் கண்டுநாம் பேசி மகிழ்கிறோம்
இறந்தநாள் கண்டுநாம் எண்ணி மகிழ்கிறோம்!
காலத் தாலவன் கல்வெட் டாயினான்
கன்னித் தமிழ் அவன் காவலில் வாழ்ந்தது
அன்புத் தமிழே! அன்னைபா ரதமே!
இன்பக் கவிஞனை எண்ணுவாய் நிதமே!

ஏழாவது தொகுதி

மரணத்தை வென்ற மகாகவி!

ஆசைதனக் கொருகாணி நிலம்என்று
    அற்புதப் பாட்டிசைத்தான் - அன்று
ஆறறிவற்றவர் தம்மிடையே தமிழ்
    ஆனந்தக் கூத்தடித் தான்!
மீசை துடித்திட மேனிகொதித்திட
    வீரக்கனல் வடித்தான் - கவி
வேந்தன் உலகத்து மாகவிவாணரை
    வெல்லும் தமிழ் கொடுத்தான்!

தந்தையர் நாடென்ற பேச்சினிலேஒரு
    சக்தி பிறக்குதென்றான் - அவன்
சாப்பிடும் சோற்றுக்கு வைக்கவில்லைகவிச்
    சந்ததி வைத்துச் சென்றான்!
சிந்தையணுவிலும் ரத்தத்திலும் இந்த
    தேசத்தில் பாசம்வைத்தான் - அட!
தீயொரு பக்கமும் தேனொருபக்கமும்
    தீட்டிக் கொடுத்து விட்டான்!

சந்திரர் சூரியர் உள்ளவரையிலும்
சாவினை வென்றுவிட்டான் - ஒரு
சாத்திரப் பாட்டினில் பாரததேசத்தின்
தாய்மையை வார்த்துவிட்டான்
இந்திர தேவரும் காலில்விழும்படி
என்னென்ன பாடிவிட்டான் - அவன்
இன்றுநடப்பதை அன்றுசொன்னான் புவி
ஏற்றமுரைத்து விட்டான்!

வங்கத்து நீரினை மையத்துநாட்டுக்கு
வாரிக்கொணர் என்றான் - அந்த
வானம் அளந்துவிஞ் ஞானம்படைத்திட
வாரும்தமிழ ரென்றான்
சிங்க மராட்டியர் கற்பனைக்கீடொரு
சேரத்துத் தந்தமென்றான் - இந்த
தேசப் பெருமைக்கு ஆரம்பம்செய்தவன்
பாரதித்தேவன் என்பான்!

***

காலத்தால் நிலைத்த கவி

தேனிலே நனைத்த சொற்கள்
திகைப்புறும் எழுத்துக் கோவை
வானிலா அனைய மாட்சி
வளர்க்குமோர் உவமைக் காட்சி
ஊனிலே உயிரி லேபோய்
உவப்புறச் செய்யும் வண்ணம்
ஞானமே கவிதை யாக
நல்கினான் புரட்சி வேந்தன்!

விதவையின் துயரம் பற்றி
வெண்ணிலா அழகைப் பற்றி
மதுரமாம் தமிழைப் பற்றி
மங்கையர் உறவைப் பற்றி
முதியவர் காதல் பற்றி
மோகனக் குடும்பம் பற்றி
எதையவன் எழுதா(து) ஓய்ந்தான்?
எடுத்ததைத் தொடுத்தான் நன்றாய்!

கவிஞர் கண்ணதாசன் கவிதைகள்

காலத்தால் உயர்ந்தே நிற்கும்
    கவிஞர்கள் சிலர்தான் உண்டு
ஞாலத்தை ஈர்த்த வேந்தன்
    நல்லறி வாளன்; மேனிக்
கோலத்தில் மறவர் சிங்கம்;
    குணத்திலே குழந்தைத் தங்கம்
ஆலெனப் படர்ந்து நின்றான்
    அரசென வணங்க வைத்தான்!

பாரதி தாசன் என்னும்
    பாவலன் பெயரைக் கேட்டால்
மாரதி நடனம் செய்வாள்,
    மன்மதன் யாழை மீட்ட!
நேரத்தைப் புரிந்து கொண்டே
    நிகரிலா விழாவெ டுக்கும்
ஓர்தமிழ் அரசை எந்த
    உள்ளமும் வணங்கு மாக!

***

ஏழாவது தொகுதி

பாட்டாளியின் முதற் குரல்

எழுதுகோல் தொட்டால் இயற்கை நதியெனப்
பழுதிலா(து) ஓட்டும் காவலர்க் கரசன்
வழுவிலாக் கனிகள் வடித்த மாமரம்
வற்றாச் சுனைநீர் வழங்கிய சுனையவன்
அழுதபிள் ளைக்கோ அவன்தா லாட்டு
அகத்துறை இளைஞர்க் கவனோர் இலக்கணம்
சாதிபே தங்களைச் சாடிய நாயகன்
நீதிவா தத்திலே நிலைத்த பெருந்தகை
முன்னா ளிருந்த மூடக் கொள்கைகள்
இந்நா ளழிய இயங்கிய தளபதி
விருத்தம் எய்தா விருத்தக் கவிதைகள்
அழுத்தம் பதிய ஆக்கிய பாவலன்
சந்தக் கவிதைகள் தமிழில் படைத்து
மந்தத் தமிழனும் மயங்கச் செய்தவன்
பூவார் சோலை புதுமணத் தென்றல்
நீரார் கடலின் நித்திலக் குவியல்
புரட்சி நெருப்பில் புடம்போட் டெடுத்த
புத்துல கத்துப் புகழ்பெறும் சிற்பி

கவிஞர் கண்ணதாசன் கவிதைகள்

பாரதி பற்றிப் பாரதி தாசன்
ஆக்கிய அனைத்தும் அவனுக்கும் பொருந்தும்
நூற்றாண் டில்ஒரு நுண்ணறி வாளன்
நோற்றுப் பிறப்பான் நோயிலா தாக
ஆற்று மணல்போல் ஆயிரம் புலவோர்
காற்று வெளியில் கலந்திருந் தாலும்
சாற்றும் படிக்குத் தனித்திறன் படைத்த
ஊற்றுப் புலவோர் ஒருசில பேரே
பாரதி தாசன் பகைவரை எதிர்த்தோன்
பழமை புதுமைப் பாலம் அவனே!
அவன்விழாக் காண அரசு முனைந்தது
தமிழிடம் கொண்ட தணியாக் காதலால்
முதல்வர் எடுத்த முயற்சி பலித்தது!
வள்ளுவன் கம்பன் வழியில் பாரதி
பாரதி தாசன் பண்பினைச் சாற்றும்
எந்த முயற்சியும் தமிழர்க்கு இனிதே
வாழிய தாசன்! வாழிய அரசு!
வாழிய வேஇவ் வையம் உளவரை!

✳✳✳

அவனோர் அற்புத ராகம்!

அனைவரும் பாடிய அற்புத ராகம்
அடிமைகள் பாடிய ஆனந்த ராகம்!
மனிதர்கள் பாடிய மயங்கிய ராகம்
மானிடம் பெற்றதோர் மாயவன் ராகம்!
இசையுறு வாழ்வை இயக்கிய ராகம்
இடையறாத் தொண்டிலே இயங்கிய ராகம்
வசைவுறு வழிகளை மடக்கிய ராகம்!
வானமும் பூமியும் மணம்பெறும் ராகம்!
அவனோர் ராகம்; அதன் பெயர் தர்மம்!
அறுபது நாழியும் பரிசுத்த கர்மம்!
தவமே அறமெனத் தழைத்ததோர் மர்மம்
சமமே உலகென்ச் சமைத்ததோர் தர்மம்!
எச்சொல் உலகினால் ஏற்றிடப் படுமோ
எச்சொல் உலகினை மாற்றிட வருமோ
அச்சொல் சொன்னது அவனித ழன்றோ!
அச்சொல் மனமெலாம் அமர்ந்தசொல் லன்றோ!

கவிஞர் கண்ணதாசன் கவிதைகள்

சாகா தாகச் செத்தது மேனி
தளரா தாகத் தளர்ந்தது பூமி
வேகா தாக வெந்தன விழிகள்
வீட்டிலும் நாட்டிலும் அவையே ஒளிகள்!

(தலைவர் காமராஜர் மறைவு குறித்து)

***

ஏழாவது தொகுதி

நினைவு

நீயிலாத் தமிழர் நாடு
    நிழலிலா மனிதர் வீடு
வாயிலா விலங்கு கூட
    வாழ்ந்திடச் செய்த தாயே!
தாயிலாப் பிள்ளை யானோம்
    தலைவனை இழந்த பின்னே
கோயிலில் கூடி யுள்ளோம்
    கொற்றவா, வாழ்த்து வாயே!

(காமராஜர் நினைவாலயத்தில் நண்பர்களோடு கூடியிருந்த
போது எழுதியது - 15-7-1976)

✱✱✱

புகழ்க்கோ

தன்னிக ரில்லாத் தமிழினம் பெற்ற
தகையவர் கோடிஇந் நாட்டில்
அன்னவ ருள்ளும் அறிஞருக் கறிஞர்
ஆயிரத் தொருவரே ஏட்டில்;
என்னிவன் பெருமை எனப்புவி வியக்க
எண்ணிடும் சிலரிடை வந்து
மன்னிய புகழில் வாழ்ந்தவர் எங்கள்
'மாரா'எனும் புகழ்க் கோவே!

மெல்லிய பேச்சு மேதகு பழக்கம்
மிக்குயர் நட்பெனும் மூன்றும்
துல்லிய வடிவில் தொடர்ந்தவர் வாழ்வை
துலக்கிடச் செய்ததைக் கண்டோம்
நல்லவர் மேதை நனிபெரும் தமிழர்
ராஜமா ணிக்கனார் பெயரை
சொல்லிய தமிழும் சுவைபெறக் கண்டோம்
ஜோதியாய் நின்றவர் வாழ்க!

(பேராசிரியர் மா. ராஜமாணிக்கனார் நினைவுமலருக்காக)

***

ஏழாவது தொகுதி

30 வரிகள்; 54 வருஷங்கள்!

தொட்டில்தா லாட்டு தோள்விளை யாட்டு
பட்டியின் சோலை பந்துமை தானம்
வட்டில் கறிவகை வடித்தவள் கைகள்
எட்டிய கல்வி ஏங்கிய நினைவு
கட்டிய மனைவி கவர்ச்சிகொள் நகரம்
கிட்டிய பதவி கிளர்ச்சிகொள் தொழில்கள்
ஒட்டிய நண்பர் உறவுகள் மேலோர்
ஓயா விருந்து உரத்த சிரிப்பு
ஆயிரம் விழாக்கள் அற்புதப் பெயர்கள்
பம்பாய் டெல்லி பக்கத்து நாடுகள்
அரசுத் துயரம் அண்டினோர் துயரம்
மக்கள் துயரம் மண்டிய கரும்புகை
கையள விதயம் கடல்போல் சுமைகள்
சுமையின் வலிமை துவக்கிய நோய்கள்
தினமும் மருத்துவம் தேகக் களைப்பு
கட்டில் மெத்தை கவனிக்கும் மருத்துவர்

கவிஞர் கண்ணதாசன் கவிதைகள்

தேறுதல் இழத்தல் மீண்டும் தேறுதல்
இறைவன் எழுதிய இறுதிக் கடிதம்
இரவில் வந்தது இரண்டரை மணிக்கு
அழுகை ஓலம் அவலம் கதறல்
பிரியா விடையோடு பிரிந்தபல் லக்கு
ஊன்உடல் நெருப்பு ஒருபிடி சாம்பல்
மானிடப் பிறப்பின் மகத்துவம் முடிந்தது!
நான் அழ வில்லை; ரத்தம் அழுதது!
போவது நிச்சயம் முன்போ பின்போ
ஆயினும் அழுகை அதன்பேர் பாசம்!
வாழ்க்கை மரணம் நடுவில் தடைச்சுவர்
சுவரைத் தாண்டச் சொல்பவன் எவனோ
என்னைத் தீண்ட அவன்வர விலையே
அவனைத் தாண்டும் அறிவெனக் கிலையே!

(தன் சகோதரர் ஏ.எல். சீனுவாசன் மறைவு குறித்து ஆற்றாமை)

✳✳✳

தேவர் பெருமானே! திரும்பிவர மாட்டீரா?...

தங்கரதம் வைத்திருந்தேன் சதிகாரக் கூற்றுவந்து
பொங்கும்ஒளிப் பூரதத்தை போட்டுடைத்துப் போனதடி!
கங்கைநதி பார்த்திருந்தேன் காலனெனும் பாவிவந்து
கைகொடுத்த கங்கையினைக் காயவைத்துப் போனாண்டி!
மேகம்வரப் பார்த்திருந்தேன் மேலடித்த காற்றுவந்து
தாகம் தவிர்க்கவரும் தண்ணீரைக் கெடுத்ததடி!
ஊற்றுக்கண் போனதடி உள்ளம் புலம்புதடி
ஆற்றுவார் இல்லாமல் அலறுகிறேன் பாவியடி!
ஆலகாலங் குடித்த அந்தச்சிவன் தனைப்போல்
காலகாலங் களுக்கும் கைகொடுத்த தேவனடி!
கம்பனுக்குச் சடையப்பன் கைநிறையத் தந்ததுபோல்
நம்பிஎனை வைத்திருந்த நாயகனை இழந்தேண்டி!
உலையேற்றி வைத்துவிட்டு ஓடிப்போய் நின்றாலும்
கலையாத பசிதீர்க்கும் கற்பகப்பூந் தீபமடி!

கவிஞர் கண்ணதாசன் கவிதைகள்

கோவில் பலதேடிக் கும்பிட்டு வந்தாலும்
தேவரைப்போல் ஒருதெய்வம் தேடக் கிடைப்பதில்லை!
சீரான வள்ளலடி! திறமைமிக்க செம்மலடி!
ஆறாத புண்கொடுத்து அடங்கிவிட்ட தாவியடி!
தக்கசம யத்திலெலாம் தந்தவனை இழந்துவிட்டு
திக்குத் தெரியாமல் திகைக்கின்றேன்; என்னசெய்வேன்!
சேதிஒன்று கேட்டேண்டி தேவர் மரணமென்று
நாதியற்றேன் அப்பொழுதே, நாளைஎனைக் காப்பவர்யார்?

✷✷✷

ஏழாவது தொகுதி

தமிழுக்கு ஒருவன்

வாதிட்டு மன்றில் நின்று
    வழக்குரைத் திடும்நீ இங்கு
'தூதெ'ன்றும் 'தந்தி' என்றும்
    தொடங்கிய அனைத்தும் நாட்டில்
சாதித்த செயலில் ஒன்று
    தமிழுக்குப் பாது காப்பு,
ஆதித்த னாரே! உம்மை
    அருந்தமிழ் இழந்த தின்று!

மாடியில் வாழ்வோர் மட்டும்
    மனதுக்குள் படித்துப் பார்க்கும்
ஏடுகள் நிறைந்த நாட்டில்
    ஏழைக்கும் கல்வி தந்த
கோடியில் ஒன்று உந்தன்
    குடும்பத்தின் செய்தி ஏடு,
வாடிய பயிரே போல
    வருந்திற்று அதுதான் இன்று!

தன்செயல் தனது மூச்சு
    தன்கைகள் தனது செல்வம்
என்றவா றிந்த நாட்டில்
    எழுந்தனை வீடு தோறும்;
குன்றெனப் புகழ் பரப்பும்
    கூரிய திறமை கொண்டாய்!
சென்றனை என்ற போதும்
    செந்தமிழ் மறவா ஷதயா!

(ஆதித்தனார் மறைவு குறித்து)

***

பகுதி : நான்கு

நல்லன போற்றுதும்

மரபு காப்போம்!

முன்னோர் நடந்த முறைமுறை வழிகள்
கற்றவர் நாட்டிய காலடிச் சுவடுகள்
ஆன்றோர் வரைந்த அறிவோ வியங்கள்
சான்றோர் தமது தகைசால் பண்புகள்
மானிட சாதியின் மாண்புறு நிலைகள்
நல்லோர் வகுத்த நாகரீ கங்கள்
பொங்கிப் பொலியும் பூமியில் இன்று
புதியதோர் ஆண்டும் பூத்தது இன்று
மகிழ்வதா இல்லை மனது துடிப்பதா?
பண்பினை இழந்த பாவிகள் பலரையும்
காட்டு மிராண்டிக் கயவர்கள் சிலரையும்
காணும் போதில் கலங்கிடும் நெஞ்சமே!
ஏதுயாம் செய்வது? எங்குயாம் செல்வது?
நன்றோ தீதோ நம்முடை மஎணில்
அறத்தினைக் காப்பதும் அமைதியைக் காப்பதும்
திறத்தினைக் காப்பதும் சிறப்பென எண்ணுவோம்!
வருகபுத் தாண்டுநீ! வருகநாம் வாழவே!

***

பொலிக புதியன!

ஆண்டு புதியது அனைத்தும் புதியன
நீண்டகா லங்கள் நிலைத்து நிற்பன
தோன்றும் சிறப்புகள் தொடர்ந்து வருவன
புவனம் சிறக்கவே புத்தாண்டு வந்தது!
பாரத பூமி பாரங்கள் நீங்கி
இனியவாழ் வெய்தி இயங்குக பலநாள்!
உழைப்போர் வாழ்க்கை உயர்ந்தே ஓங்குக!
களைப்பில் லாமல் கனவுகள் பலிக்க!
ஏருழ வோர்க்கு இன்பமே நிறைக!
விசைத் தொழிலாளரும் வியப்புற வாழ்க!
இத்தகு ஆண்டில் எல்லா நலன்களும்
தத்துவச் செயல்முறை தழைத்தினி தோங்குக!
கைத்தறித் தொழிலைக் கண்போல் காத்து
சரித்திரம் படைத்த தாய்த்தொழில் என்று
போற்றிப் புகழ்ந்து பொன்னென வளர்த்து
கைநெச வாளர் கவலையைத் தீர்க்கும்

ஏழாவது தொகுதி

அரசின் முயற்சி அனைத்தும் வெல்லுக!
மானம் காக்கும் மாண்புறு துணிகளை
கைநெச வாளர் கனிவுடன் தந்தனர்
அன்னவர் வாழ்வினை அரசு காப்பது!
தென்னவர் அனைவரும் திரண்டு முன்னேறி
கைகொடுத் தேத்தும் கருணையைக் காட்டுக!
புத்தாண்டு பொலிக, புதியன வளர்க!
கைத்தறிப் பெருமை காலத்தால் உயர்க!

✼✼✼

வருவன; போவன!

ஆண்டுகள் பிறப்பன வளர்வன அழிவன
சென்றவை மறுபடி திரும்பா தொழிவன!
காலடிச் சுவடுகள் கணக்கினில் இருக்கவும்
ஓடிய ஆண்டுகள் ஒன்றல; ஆயிரம்!
வருஷம்ஒன் றானதும் வயதும் ஒன்றாவதும்
வாலிபம் போவதும் மருத்துவம் கேட்பதும்
ஆலிலைச் சருகுகள் அவதியில் வீழ்வதும்
மானிடச் சாதியின் வழிவழிக் கதைகள்தான்!
கோடைகள் பார்த்தவன் குளிரிலே குமைந்தவன்
மழையிலே நனைந்தவன் வசந்தத்தில் திளைத்தவன்
கடந்தகா லங்களின் கணக்கினைப் பார்க்கிறேன்!
புத்தாண்டு பிறந்ததும் புதுப்புதுச் செய்திகள்
தலைவர்கள் வாழ்த்துகள் சரித்திரக் குறிப்புகள்!
அடுத்ததோர் ஆண்டிலும் அதேகதை தொடருமால்!
ஆண்டுகள் செல்லட்டும்; ஆயிரம் நடக்கட்டும்;
வாலிபம் மாறாமல் வாழவோர் வழிஎன்ன?

ஏழாவது தொகுதி

புதுக்கதை பொய்க்கதை பழங்கதை என்பன
இல்லாது பூமியில் எல்லாமும் ஓர்கதை
என்னுமா றியங்கினால் எத்தனை ஆனந்தம்?
பிரபவ ஆண்டில்நான் பிறந்ததை நினைக்கிறேன்
விக்ருதி ஆண்டில்என் விவாகமும் நடந்தது
கரஎனும் ஆண்டில்என் கண்மணி பிறந்தது!
நந்தன வருஷத்தில் நாடினேன் ஒருத்தியை
சர்வசித் தில்ஒரு சரித்திரம் படைத்தநான்
சிறைச்சாலை தனில் சென்று குலாவினேன்!
அந்தநாள் சரித்திரம் ஆங்காங்கே முத்துகள்!
கடலிலே வீழ்ந்ததோர் கங்கையின் வெள்ளம்போல்
வருஷங்கள் வீழ்ந்தன; வயதும்போய் வீழ்ந்தது
இன்னுமோர் ஆண்டைநான் ஏறிட்டுப் பார்க்கிறேன்!
ஜனனமோ மரணமோ சம்பவக் கோவையோ
நன்மையோ தீமையோ நாளைய பொழுதினில்
ஆண்டுகள் அனைத்திலும் அனைவரும் செய்வது
ஆண்டவன் வரத்தினை அன்புடன் கேட்பது!
அவ்வழி கேட்கிறேன்: "ஐயனே எனக்குநீ
நல்வழி காட்டுக நாளையும் நாளையும்!"

***

பொலிக மாதோ!

மங்கல மாத ராரும்
மைந்தரும் கணவர் தாமும்
செங்கனிச் சிரிப்பி னூடும்
திருவுடை முகத்தி னோடும்
பொங்கிடும் திருநா ளொன்று
புகைபகை இல்லா நின்று
பொங்கல்நாள் அந்தநா ளாம்
புதுமணம் சிறக்கும் நாளாம்!

புதுப்பானை புதிய கோலம்
புதுமஞ்சள் புதிய காய்கள்
புதியபச் சரிசி தண்ணீர்
புதுவாழ்வு புதிய காலம்;
மதுநிகர் போதை யோடும்
மனையறம் தொடங்கு மாறு
புதுப்பொங்கல் வைக்கின் றார்கள்
புதியவே பொலிக மாதோ!

***

ஏழாவது தொகுதி

புதியன பொலிவதாக!

செங்கம லப்பூ திகழும் வாவியில்
திங்கள் குளித்துச் சிரிப்பது போல
மங்கையர் கைகள் வளையல் ஒலியோடு
பொங்கற் பானை ஏற்றும் புதுநாள்!
ஓயா(து) உழைக்கும் உழவர் திருநாள்!
தாய்-மகன் என்று தழுவி இருந்து
வாயும் கையும் மணக்க அருந்தி
பழனத்து வயலைப் பாராட்டும் பொன்னாள்
சித்திரக் கோலம் முத்திரை பதிக்க
புத்தம் புதிய பொங்கற் பானையில்
மஞ்சள் கட்டி மணப்பதைப் பார்த்தால்
மங்கல மங்கையர் வடிவெனத் தோன்றும்!
பாரத தேசத்துப் பதினான்கு மொழியோர்
விதவிதப் பேரில் விழாக்கொண் டாடுவர்
எனினும் தமிழர்க்கே இதுபெரும் திருநாள்!

கவிஞர் கண்ணதாசன் கவிதைகள்

'தை'முத லாகத் தமிழர் ஆண்டினை
அளக்கும் சிலரும் அவனியில் உண்டு
மார்கழிப் பனியை வழிவழி அனுப்பி
'தைமகள்' வருகெனத் தமிழர் பாடுவர்!
திங்கள் பன்னிரண்டு திகழும் ஆண்டில்
ஓரெழுத் தால்'தை' உயர்ந்து நின்றது!
தமிழர் வாக்கினைச் சால்புறப் பெற்று
தமிழ்பா ராட்டத் தனிஅறம் நடத்தும்
தமிழக அரசும் தமிழர் குலமும்
இத்'தை' முதலாய் இன்னும் பலநாள்
சீர்பெற வாழ்ந்து சிறப்புற வளர்க!
ஞாயிறு போற்றுதும் ஞாயிறு போற்றுதும்!
நன்னெறி வளர்க்க ஞாயிறு போற்றுதும்!
திங்கள் போற்றுதும் திங்கள் போற்றுதும்!
திருநாள் சிறக்கத் திங்கள் போற்றுதும்!

***

ஏழாவது தொகுதி

நல்ல கொள்கைக்கு நன்றி...

"நல்லவர் வாழ்வார்; நன்மைகள் வெல்லும்,
வல்லவன் தீமையே வாழ்க்கையைக் கெடுக்கும்;
தீயவர் உலகில் திரண்டெழும் போது
தூயவன் வந்துதன்தோள் கொண்டு காப்பான்!
அரக்கரோ அசுரரோ அறிவிலா மனிதரோ
இரக்கமில் லாதவர் எவருமே அழிவாராம்"
வளரும் தீபா வளிநாள் தத்துவம்
இதுதான் என்பதை இப்புவி அறியும்!
நரகா சுரனை நாயகன் அழித்தது
உண்மையோ பொய்யோ உலகில் நடந்ததோ
எதுவா யிருப்பினும் தத்துவம் இதுதான்!

இந்திய நாட்டிலும் எல்லைக்கு வெளியிலும்
இந்துக்கள் அனைவரும் இன்புற்ற மகிழ்வது
தீபா வளிஎனும் திருநாள் அன்றுதான்!
அறவழி மீதும் அன்பின் மீதும்
நீதியின் மீதும் நேர்மையின் மீதும்
பற்றுவைத் திருக்கும் பாரத மக்கள்
தீபா வளியைச் சிறப்புறச் செய்து
நல்ல கொள்கைக்கு நன்றி சொல்வதே!

***

ஏழாவது தொகுதி

வாழ்வாங்கு வாழ்ந்த குலமே!

சிந்துவெளிப் புகழ்காத்து
   சீர்காத்து திறம்காத்து
      தென்னாடு வந்த குலமே
திருவுடைய சோழனவன்
   செம்மாண் புகார்நகரில்
      திருக்கோவில் கொண்ட குலமே
வந்தவழி மறவாது
   வாய்மைநெறி தவறாது
      வாழ்வாங்கு வாழ்ந்த குலமே
வாணிபமும் மதநெறியும்
   வளர்ந்தோங்கி நாள்தோறும்
      வளமாக நின்ற குலமே
எந்தமிழர் நாடெங்கும்
   இறைபணியே பெரிதென்று
      எந்நாளும் செய்த குலமே
என்னுடைய குலமென்பேன்
   எல்லாமும் நீயறிவாய்
      ஏற்றுக்கொள் தமிழர் நிலமே!

கவிஞர் கண்ணதாசன் கவிதைகள்

காவிரியின் பெருமாட்டி
   கவின்மதுரை நகர்தன்னைக்
      கனல்சூழ வைத்த கதையும்
கண்ணகிஎன் றால்இந்த
   மண்ணெல்லாம் அடிபணிய
      கற்போடு வாழ்ந்த நிலையும்
நாவசையும் போதெல்லாம்
   நாடசையும் படிநின்ற
      நல்வளையா பதியின் கதையும்
நாடியவர்ப் பணியாது
   மணிமே கலைஎன்ற
      நன்மங்கை வாழ்ந்த கதையும்
காவியங்கள் ஐந்தினிலும்
   மூன்றினிலே தலைதூக்கிக்
      காட்டுவதும் எங்கள் குலமே
கடுகளவுதான் சொன்னேன்
   மலையளவு புகழுண்டு
      காண்பாய்நீ தமிழர் நிலமே!

ஏழாவது தொகுதி

கடலோடி மலைநாடும்
    பிறநாடும் சென்றார்கள்
        கப்பல் வராத போதே
காற்றினிலே பாய்போட்டு
    கடவுளையே துணைவைத்து
        கலங்களெலாம் சென்ற போதே
நடமாடும் சிவமாக
    திருநீரும் சந்தனமும்
        நதிபோலப் பூசும் உடலே
'நமசிவாயம்' என்று
    நாள்தோறும் சொல்லுமவர்
        நயமான சிவந்த இதழே
தடம்பார்த்து நடைபோடும்
    தனிப்பண்பு மாறாத
        தகைமிக்க தெங்கள் குலமே
தந்தகரம் அவராகப்
    பெற்றவளும் நீதானே
        சாட்சிசொல் தமிழர் இனமே!

கவிஞர் கண்ணதாசன் கவிதைகள்

ஆறாயிரம் பேர்கள்
    கற்கின்ற கழகத்தை
        அண்ணா மலைநாட்டினான்
அவனோடு போட்டியிட
    அத்தனையும் தான்தந்து
        அழகப்பன் முடிசூட்டினான்
ஓராயிரம் தடவை
    செட்டிமகன் நானென்று
        உலகெங்கும் மார்தட்டினான்
உளநூலும் விஞ்ஞான
    மருத்துவமும் கற்றவர்கள்
        உண்டென்று பேர் காட்டினான்
சேராத செல்வத்தைச்
    சேர்ந்தாலும் நல்லவழி
        செலவாகும் எங்கள் குலமே
செந்திருவை சரஸ்வதியை
    கேட்டேனும் உண்மைநிலை
        தெரிந்துகொள் தமிழர் நிலமே!

ஏழாவது தொகுதி

சாதிவெறி கொண்டேன் போல்
        கவிதையிதை எழுதினேன்
                தவறல்ல: உண்மை சொன்னேன்!
தர்மத்தைப் பாடுவது
        சாதிவெறி யாகாது
                தமிழுக்கே நன்மை என்பேன்
ஓதியொரு மொழிசொன்ன
        ஒக்கூர்மா சாத்தியுமென்
                உன்னதப் பாட்டி யாவாள்
உயர்ந்தசீத் தலைச்சாத்தன்
        ஒருவகையில் வணிகனென்
                உத்தமப் பாட்ட னாவான்
ஆதிமுதல் தமிழிலே
        அவர்வந்த வழியிலே
                அடியேனைப் பெற்ற குலமே
அளவிலே சிறிதேனும்
        செயலிலே பெரிதாக
                அறிவாய்நீ தமிழர் நிலமே!

***

ஏக்கம்

முற்றிய கதிர்கள் சாயும்
 முடிவினில் பசியைத் தீர்க்கும்
பற்றிய உழவர் வீட்டில்
 பயனுள்ள விளக்கம் ஏற்றும்
கற்றவர் கல்லா தார்க்கும்
 காலத்தால் வாழ்க்கை நல்கும்
இற்றைய நாளில் இங்கே
 'இளங்கதிர்' வளர்த்தார் மாதோ!

இளம்பனி விழும்நே ரத்தே
 இளங்கதிர் எழுந்து பார்க்கும்
களம்பல கண்ட எங்கள்
 கனித்தமிழ்க் சேனைக் கெல்லாம்
வளம்தரும் ஒளியைக் காட்டும்;
 வழியினைச் செல்லும்வே கத்தை
உளம்கொள்ள எடுத்துக் காட்டும்
 உலகத்தை உயர்த்தி வைக்கும்!

ஏழாவது தொகுதி

நூறுநூ றாண்டின் முன்னே
  நோயிலாத் தமிழர் கூட்டம்
ஆறுகள் மலைகள் சூழ்ந்த
  அற்புதக் குமரி நாட்டில்
ஏறுபோல் வாழ்ந்து நின்று
  இமிழ்கடல் பிரித்த தாலே
வேறுவே றாகிப் போன
  விந்தையைச் சரிதம் சொல்லும்!

இலங்கையில் பிஜியில் மற்றும்
  இளங்கதிர் வயலில் செம்மை
துலங்கிடச் செய்து மின்னும்
  தூங்காத தமிழன் வாழ்வில்
நலம்பெறத் தமிழர் நாடு ள்ள
  நல்லவர் பிரார்த்திக் கின்றார்;
கலங்கொண்டு கடந்த அந்தக்
  கடல்கூட வாழ்த்து தம்மா!

மண்ணிலே வேறா னாலும்
　　மனதிலும் பண்பாட் டாலும்
பெண்ணிலும் பேச்சில் மூச்சில்
　　பீடுறும் தமிழ னாலும்
நண்ணிய உறவு; ஈழ
　　நாடுள வரையில் நிற்கும்;
எண்ணமே பாலம்; ஓர்நாள்
　　இரண்டுளம் சேராதோ தான்!

＊＊＊

ஞானக்கண்

ஆயிரம் கண்கள் பெற்றும்
அறிவிலார்க் கென்ன இன்பம்?
வாயிலே சுவையைக் காணும்
மானிடர்க் கென்ன இன்பம்?
ஓயுதல் ஒளிதல் இன்றி
உள்ளமே விழியாய்க் கொண்டு
மாயிருள் வெல்லும் இந்த
மனிதர்க்கே என்றும் இன்பம்!

ஊனக்கண் இலைஎன் றாலும்
உள்ளத்தே பிரகா சிக்கும்
ஞானக்கண் படைத்தா ரிந்த
நல்லறி வுடைய மேலோர்!
வானக்கண் நிலவே போலும்
வையக்கண் இதயம் போலும்!
மானக்கண் படைத்த இந்த
மனிதர்க்கே இறைவன் தோழன்!

ஒலியினால் வழியைக் காண்பார்;
ஒளிஇன்றி உலகைக் காண்பார்;
கலியுகம் படைத்த அந்தக்
கடவுளை நினைவில் காண்பார்;
வலியதோர் உள்ளம் கொண்டார்
வாழ்வதில் பெருமை கண்டார்
நலிவிலா திவர்கள் வாழ்வை
நல்லவன் காப்பா னாக!

***

ஏழாவது தொகுதி

கனலைத் தடுக்க...

புனலா லழிந்த பூமியும் உண்டு
கனலா லழிந்தன உண்டென கண்டு
இரண்டையும் தடுக்க ஏற்கும் முயற்சிகள்
காலம் தோறும் நடப்பதைக் கண்டோம்!
கோடை நாளில் கொளுத்தும் நெருப்பும்
மழைக்கா லத்தில் வளரும் வெள்ளமும்
கொண்டு சென்றவை கோடிக் கணக்கிலே!
தீயைத் தடுக்கும் திறமையை வளர்க்க
துள்ளும் குழந்தைப் பருவம் தொடங்கி
விரிந்த முயற்சியை மேற்கொள இந்த
நாளைச் சிறப்பாய் நடத்தினர் நண்பர்கள்!
குழந்தைகள் ஆயிரம் குறும்புசெய் தாலும்
வினையை விதைக்க விரும்புவ தில்லை!
தீயை அந்தச் சிறுவர்கள் மூலம்
தடுத்து நிறுத்தத் தத்துவம் வடிக்கும்
நண்பர்கள் முயற்சி நாளும் வளர்க!
கொள்ளியில் வாழ்க்கை குலையா திருக்க
பள்ளியில் இருந்தே பாடம் தொடங்குக!

***

கவிஞர் கண்ணதாசன் கவிதைகள்

சங்கம் வாழ்க!

தமிழர்க்குத் தமிழ்ச்சங்கம் தழைக்க எண்ணி
 தலையாய தமிழர்சிலர் ஒன்று பட்டு
அமெரிக்க நியூயார்க்கில் சங்கம் கண்டார்
 அழகாகத் தமிழர்நலம் காவல் கொண்டார்;
நமைமிக்கோர் எவரென்று உலகம் போற்ற
 நம்மொழியின் புகழ்தன்னை அங்கே வைத்தார்!
தமிழ்காக்கப் பிறந்ததமிழ்ச் சங்கம் வாழ்க!
தன்னிகரில் லாத தமிழ்த் தகையோர் வாழ்க!

'உலகெல்லாம்உற' வென்றோர் கவிஞன் சொன்னான்
 உள்ளத்தாற் பாசத்தை உலகிற் கீன்றான்;
கலகங்கள் அநியாயம் மலிந்த பூமி
 கவிஞன்சொற் படிவாழ்ந்தால் கனிந்து வாழும்
அலைவெள்ளம் போல்த மிழர் ஒன்றுகூடி
 அமெரிக்க மக்களுடன் உறவு கொண்டார்;
நிலையாக இவ்வுறவு வாழ்க வென்றே
 நிகரில்லாக் கண்ணனையான் நினைக்கின் றேனே!

***

ஏழாவது தொகுதி

கவிஞர் பெருமன்றம்

ஆடும் கடலலைகள்
    ஆனந்தச் சுதிகூட்ட
பாடிவரும் தென்றல்
    பாவலரைத் தாலாட்ட
கூடிவரும் கவியரங்கம்
    குன்றேறி ஒளிவிடட்டும்!
ஜாதிமதம் கட்சிஎனத்
    தனித்தனியே இல்லாமல்
ஆதிமகள் தமிழ்த்தாயின்
    அரவணைப்பில் ஒன்றாகி
பாடுபவர் ஜாதிஎனப்
    பலர்சேர்ந்த அரங்கமிது!
சங்கங்கள் மூன்றிருந்து
    தமிழ்படித்த மதுரையிலே
அங்கங்கள் ஒவ்வொன்றும்
    அணுவிலெலாம் கவிபாடும்!

அம்மதுரைத் தமிழ்ச்சங்கம்
அடங்கியதும் சென்னையிலே
தென்கடலின் தொடர்பாகத்
திரைஎழும்பிச் சீராட்டும்
கீழ்க்கடலின் ஓரத்தில்
கிளைத்தெழுந்த அரங்கமிது!
தங்கத் தமிழுக்கே
தனித்தொண்டு செய்பவர்கள்
வங்கக் கடலுக்கே
வாரிசுக ளானார்கள்!
பூப்போல் தமிழலைகள்
பொங்கிப் புறப்படட்டும்
யாப்போ டிலக்கியங்கள்
அணியணியாய் பிறக்கட்டும்
தமிழ்க்கவிஞர் பெருமன்றம்
தழைத்தினிது செழிக்கட்டும்
எமைக்காக்கும் கண்ணபிரான்
இவர்களையும் காக்கட்டும்!

***

ஏழாவது தொகுதி

சமயம்

இமயமா சிகரம் தொட்டு
    இமிழ்திரைக் குமரி மட்டும்
சமயமே ஒருமைப் பாட்டை
    தனிமையில் காத்து நிற்கும்;
அமையுமோர் தேச பக்தி
    அளிப்பதும் சமய மாகும்;
இமையெனப் பண்பைக் காக்க
    இருப்பதும் சமய மாகும்!

இந்துமாக் கடலைப் பார்த்தே
    இத்தகு பெரிதா என்றே
சிந்தனை செய்வோ ரெல்லாம்
    சீர்பெரும் சமயம் தன்னில்
இந்துவின் சமயம் தன்னை
    ஏறிட்டுப் பார்ப்பா ரானால்
சந்திரன் ஒளியும் தோற்கும்
    சர்வமும் அதிலே நிற்கும்!

எத்தனை தத்து வங்கள்
　　இயம்பினர் நமது முன்னோர்!
எத்தனை இதிகா சங்கள்
　　இயற்றினர் நமது மேலோர்!
சத்தியம் தர்மம் என்னும்
　　தனிஅறம் வகுத்த இந்து
இத்தனை நாளும் இல்லா
　　ஏற்றத்தை இன்று கண்டான்!

நாமெனும் அகந்தை இன்றி
　　நாடியே வருவோர்க் கெல்லாம்
தாமென நின்று காக்கும்
　　தரும புரத்து நாதன்
சோமசுந் தரத்தால் இந்த
　　சுத்தமாம் சைவ மார்க்கம்
மாமலை போல நிற்கும்
　　மகத்துவம் காணுகின் றோம்!

ஏழாவது தொகுதி

அன்றைய அறவோ ரெல்லாம்
 ஆதீன முறை வகுத்தார்
இன்றையப் பண்புக் கெல்லாம்
 இஃதொன்றே சாட்சி யாகும்;
என்றுமே ஆதீ னங்கள்
 ஏற்றிய விளக்கி னாலே
நன்றென வாழும் நாடு!
 நண்பனே மதத்தை நாடு!

(தருமபுர ஆதீனம் வெளியிட்ட
இந்து சமய மலருக்கு எழுதியது)

✲✲✲

கடவுளுக்கு நன்றி

நம்பிக்கையே எங்களுக்கு அங்கங்கள் - அதில்
நாங்கள் கூடப் பூமியிலே சிங்கங்கள்
துன்பங்களைச் சோதனையாய்க் கொள்ளுவோம் - அந்த
சோதனையை நம்பிக்கையால் வெல்லுவோம்!

கண்கொடுத்துக் கண்ணெடுத்தான் கடவுளே - அவனைக்
கண்ணில்லாமல் காணுகிறோம் மனதிலே
பெண்ணும் ஆணும் பிறந்துவிட்டோம் உலகிலே - நாங்கள்
பிறரைப்போல வாழ்ந்து காட்டத் தவறலே!

அங்கத்திலே குறையை வைத்துப் படைக்கிறான் - நாங்கள்
ஆண்டவனின் சட்டத்தையே உடைக்கிறோம்!
எங்களுக்கும் வாழ்க்கை ஒன்றை அமைக்கிறோம் - உடல்
இருப்பதையே போதுமென்று நினைக்கிறோம்!

உருவத்தோடு பிறந்தவர்கள் எத்தனை - அதில்
உழைப்பில்லாமல் போனவர்கள் எத்தனை
அருவமாகப் பிறந்ததுதான் வேதனை - அதிலும்
ஆயிரமாய்த் தொழில் நடத்தும் சாதனை!

ஏழாவது தொகுதி

அன்னை தந்தை பாவத்துக்குச் சம்பளம் - அந்த
அங்கஹீனர் தமக்கும் உண்டு தன்பலம்
வென்று வந்த யானைக்கொரு தும்பிக்கை - இந்த
ஏழைமக்கள் வாழ்க்கையிலே நம்பிக்கை.

நோய்படைத்த உடலைத்தானே சுமக்கிறார் - மிக
நுணுக்கமான தொழிலைக்கூட அமைக்கிறார்
வாய்படைத்தும் பொய்யில்லாமல் வாழ்கிறார் - அவர்
வஞ்சமில்லா நெஞ்சத்தினால் வளர்கிறார்!

கடவுளுக்கு மனதிலென்ன கலக்கமோ - இவரைக்
கருவினிலே குறைத்ததென்ன விளக்கமோ
எடுத்தவன்தான் கொடுத்துவிட்டான் ஊக்கத்தை - அவர்
கெடவுமில்லை பெற்றுவிட்டார் ஆக்கத்தை !

ஊனமுற்றோர் தலைநிமிர்ந்து பாருங்கள் - இங்கே
உங்களுக்கும் வாழ்க்கையுண்டு தேடுங்கள்
தேடியவர் கண்டடைவார் வாருங்கள் - நீங்கள்
தேடுவதைப் பெற்றபின்பு கூறுங்கள்!

கவிஞர் கண்ணதாசன் கவிதைகள்

நாயகனே உனக்குநன்றி சொல்லுவோம் - வரும்
நாளையெல்லாம் நம்பிக்கையால் வெல்லுவோம்
நீ படைத்த குறைகளையே தள்ளுவோம் - நெஞ்சம்
நிமிர்ந்து நின்று துணிச்சலோடு செல்லுவோம்!

(ஊனமுற்றோரைப் பற்றிய செய்திப்படம்
ஒன்றிற்காக எழுதப்பட்டது.)

***

ஏழாவது தொகுதி

புதியதோர் உலகு செய்வோம் !

எங்கெல்லாம் மானிடம்
    இன்முகம் காட்டுமோ
அங்கெலாம் தமிழர்கள்
    அன்பினைக் காட்டுவார்

உலகெலாம் ஊரெனும்
    ஊரெலாம் உறவெனும்
கலகமில் வாழ்க்கையைக்
    கவிதையில் நாட்டுவார்!

அறத்துயர் தமிழர்கள்
    துயரறக் கூடுவார்
திறத்துயர் மக்களில்
    சிறப்புற வாழுவார்!

நன்றெனும் இடத்திலே
    நாமென நிற்பவர்
அன்றெனத் தோன்றினால்
    அன்றே அகலுவார்!

தமிழர்கள் திறமையில்
தனிப்புகழ் கொண்டவர்
இமையென விழிகளை
எங்கணும் காப்பவர்!

அத்தகு தமிழர்தம்
அன்புயர் தாயகம்
இத்தரு ணத்திலே
எழுந்தது மேலுற!

பொன்னுயர் நாட்டினைப்
புதியதோர் உலகமாய்
தன்னுயிர் போலவே
தமிழர்கள் காத்தனர்!

இந்தநாள் நல்லநாள்
இன்பமே நிறையும்நாள்
இந்தியா தமிழரை
எதிர்நோக்கி நிற்கும்நாள்!

ஏழாவது தொகுதி

கற்றவன் மேலவன்
        கடுந்தொழில் செய்பவன்
உற்றவன் எனும்பெயர்
        உறுவதே தமிழ்க்கடன்!

பசியெனத் தோன்றுவார்
        பகைவர்கள் ஆயினும்
புசியெனச் சொல்லுவோம்
        புதியதோர் உலகிலே!

நீரிலா நதியிலே
        நீர்வரும் விரைவிலே!
போரிலா அமைதிகாண்
        புதியதோர் உலகிலே!

எங்கணும் தொழில்மயம்
        எங்கணும் கலைமயம்
பொங்குமோர் சுகம்வரும்
        புதியதோர் உலகிலே!

கவிஞர் கண்ணதாசன் கவிதைகள்

கல்விஇல் லாதவர்
    கடமைஇல் லாதவர்
இல்லைஎன் றாக்குவோம்
    இனியதோர் உலகிலே!

இனப்பகை மொழிப்பகை
    எப்பகை யாயினும்
நினைப்பவர் தம்மையே
    நெருப்பிலே வீழ்த்துவோம்!

சிரிப்பவர் களிப்பவர்
    ஜெயிப்பவர் என்பவர்
இருப்பிடம் எங்களின்
    இனியதோர் தாயகம்!

ஆடுவோம் ஓடுவோம்
    ஆனந்தம் பாடுவோம்
கூடுமோர் கொள்கையில்
    குறிவைத்து நாடுவோம்!

ஏழாவது தொகுதி

இல்லைஎன் கின்றதோர்
சொல்லினைத் தமிழிலே
இல்லைஎன் கின்றவா
றேத்துவோம் உலகிலே!

நல்லர சாக்கினாய்
நன்றிஎன் தெய்வமே
வல்லவர் அவர்களால்
வாழ்கஎன் தாயகம்!

***

தமிழோடிருப்பவர்கள்

செந்தமிழே! எங்கள்
　　சிங்காரப் பைங்கிளியே!
முந்துதமிழ்ப் பெரியீர்
　　மூண்டுவந்த நல்லோரே!
தென்னாட்டின் இதயமெனத்
　　திகழ்கின்ற திருச்சியிலே
பொன்னான மனம்படைத்த
　　புகழ்மணியை வாழ்த்தவந்தீர்!

கையில் களவுமில்லை;
　　கடுகளவு பொய்யுமில்லை;
'செய்யும் பணியெல்லாம்
　　செந்தமிழர் வாழ்வதற்கே'
என்றபடி தன்னை
　　எடுத்துவைத்த தியாகிஇவர்
குன்றனைய பொருள்சேர்த்துக்
　　கொடுத்துப் புகழ்வளர்த்து

ஏழாவது தொகுதி

இன்று தமிழ்மாந்தர்
    இதயத்தே வீற்றிருக்கும்
தென்றல் நிலவு
    செஞ்சுடரோன் செந்தமிழன்
என்றும் தமிழோ(டு)
    இருப்பவனைப் பாட வந்தேன்!
ஊர்ப்பணத்தில் ஆசை
    உள்வீட்டில் பொருள்சேர்த்தல்
யார்காலைப் பிடித்தேனும்
    அரசுரிமை பெறநினைத்தல்
பேருக்கும் பொருளுக்கும்
    பேயாய் அலைந்துவரல்
சீரிழந்த வாழ்வுக்குச்
    செந்தமிழால் மெருகிடுதல்
எள்ளளவு மில்லாதான்
    இன்தமிழர் முதலமைச்சு

கவிஞர் கண்ணதாசன் கவிதைகள்

பாராட்டப் படும்நாளில்
 பாடுவதும் பெருமிதமே!
அன்று திரு. வி. க.
 அவர்போல மறைமலையார்
கண்ணெனவே நட்டு
 கனிபார்த்த தமிழ்மரத்தை
குன்றுமணி யளவும்
 குறையாமல் காப்பவர்கள்
நம்மிடையே வாழ்ந்தார்;
 நாம்காண வாழுகிறார்!
திண்ணார்ந்த வார்த்தைகளால்
 தெளிவாகக் கருத்துரைத்த
அண்ணாவின் தமிழ்தானே
 அரசுரிமை வாங்கியது!
அந்தத் தமிழை
 அலங்கோலமாய்ச் சிதைத்து

ஏழாவது தொகுதி

சொந்தத் தமிழாக்கிச்
    சோற்றுப்பானை நிரப்பும்
மந்தபுத்திக் காரர்களால்
    மங்கியது தமிழ்ப்பணியே!
சேதுப்பிள்ளை தமிழும்
    தெ.பொ.மீ. செந்தமிழும்
சோமசுந் தரன்வளர்த்த
    சூடான தமிழறிவும்
தென்னாட்டின் வரலாற்றில்
    சிறப்பான பக்கங்கள்!
வாரியார் தமிழுக்கு
    வாரிசுகள் பலவுண்டு:
நானும் அதிலொருவன்;
    நாட்டோரே அறிவார்கள்
வேறுயார் சொன்னாலும்
    வெறும்பேச்சாய் ஓடிவிடும்!

வாரியார் சொல்லுவதே
    வாழ்க்கைக்குக் கூடவரும்
வளமான தமிழறிஞர்
    வ.சுப. மாணிக்கம்
எளிதான தமிழோடும்
    என்றும் இருப்பவரே!
குத்து விளக்காக,
    குடத்துள் விளக்காக
எத்தனையோ பேர்என்றும்
    தமிழோ டிருக்கின்றார்
அத்தனைக்கும் சேரும்
    அடியேன் புகழ்மாலை!
எந்நாளும் தம்மை
    இன்பத் தமிழ்மொழிக்கே
தந்தார்கள் அந்தத்
    தமிழறிவு மிக்கோர்கள்!

ஏழாவது தொகுதி

சேரனவன் தம்பி
    சீராகச் செப்பிவைத்த
முத்துச் சிலம்பை
    முறையாகத் தான்வளர்த்து
எத்திசையுடன் கேட்டுணர
    இயம்புகின்ற ம.பொ.சி.
என்றும் தமிழோ(டு)
    இருப்பாரில் முதல்வரன்றோ!
பொய்யே தலையணையாய்
    புளுகுகளே பஞ்சணையாய்
செய்யாத வேலையெலாம்
    செய்வாரை எந்நாளும்
என்றும் தமிழோ(டு)
    இருப்பவராய் எண்ணாதீர்!
பால்போன்ற வாழ்வுடைமை
    பனிபோன்ற அன்புடைமை

கவிஞர் கண்ணதாசன் கவிதைகள்

நல்லோர்க ளெல்லாம்
    நாடும் அறிவுடைமை
உள்ளோரே என்றும்
    உயிர்த்தமி ழோடிருப்பவர்கள்!
கல்லூரிப் படியேறிக்
    கல்லாத போதினிலும்
சொல்லும் மொழியெல்லாம்
    சுவையான செந்தமிழாய்
வெல்லும் படிசொல்லும்
    வீரனைநாம் பெற்றுள்ளோம்
மன்னர் இவரொருநாள்
    மலையாளம் சென்றிருந்தார்
அங்கும் தமிழில்தான்
    அழகான மொழியுரைத்தார்
"கேரளத்தில் பேசு" எனக்
    கேட்டார்கள் தோழரெலாம்

ஏழாவது தொகுதி

"ஓரளவும் பேசேன்நான்;
உயிர்படைத்த நாள்முதலாய்
உண்ணும் உணவும்
உலவுகின்ற வீதிகளும்
எண்ணும் பொருளும்
எற்றதோர் தொழில்நலமும்
செந்தமிழால் வந்த
திருவென்றே பெற்றவன்நான்!
அந்தமொழி இன்றி
அடுத்தமொழி பேசுவதோ?"
என்று பதிலுரைத்தார்;
இவர்பெருமை யார்க்குவரும்?
பொன்மனத்துச் செல்வர்
புரட்சித் தலைவரிவர்
தமிழரிலை என்றால்
தமிழுக்கே களங்கம்வரும்!

அமுதத் தமிழ்பேசி
அகரமெல்லாம் தமிழ்மணக்க
இமையும் விழியுமென
இந்நாட்டில் வாழ்ந்துவரும்
தமிழ்மகனே! நாட்டின்
தலைவா! நீ நன்றியுடன்
என்றும் தமிழரோ(டு)
இருப்பவனே; ஐயமில்லை!
தமிழ்காத்தோர் பட்டியலில்
தலைவாநின் பெயருண்டு;
எழுதும் வரலாற்றில்
ஏராளப் பக்கமுண்டு;
நாட்டோரே சாட்சி;
நல்லதமிழ்ப் பண்பாளர்
எத்தனைபேர் என்பதற்கு
இங்கிருக்கும் அவைசாட்சி

ஏழாவது தொகுதி

சாட்சியுடன் சொன்னேன்
    சத்தியமாய்ச் சொல்கின்றேன்
செந்தமி ழோடென்றும்
    சேர்ந்திருக்கும் நல்லோரை
அந்தத் தமிர்காக்கும்
    ஆண்டவனும் காப்பானே!
மக்கள் தருகின்றார்
    மகத்தான ஆதரவு
தக்கதொரு ஆதரவால்
    தமிழ்நாட்டில் நல்லாட்சி!
ஆயிரமாய் பகைவர்கள் தான்
    ஆட்டிவைக்கப் பார்த்தாலும்
ஆயுள்கா லம்முழுதும்
    அமைச்சரவை மாறாது!
தருமத்தின் கண்கள்
    தடம்கெட்டுப் போகுமெனில்

தருமத்தைச் செய்பவர்கள்
　　கடுகளவும் பெறமாட்டார்!
காலம் இதுவல்ல;
　　கண்ணன் உரைத்தபடி
பலனை எதிர்பார்த்துப்
　　பதவியைநீர் பெறவில்லை!
அதனாலே இந்த
　　அன்னைத் தமிழகத்தார்
என்றுமே உங்களுடன்
　　இருக்கின்றார்; அதுபோல
என்றும் தமிழோடு
　　இருப்பீர்நீர் வாழியவே!

(திருச்சி தமிழ்க் சங்கத்தார் நடத்திய விழாவில் பாடப்பட்டது.)

***

ஏழாவது தொகுதி

தாளம் அறிவோம்;
சந்தமும் அறிவோம் !

எல்லாம் வல்லவன் ஈன்றாரை ஈன்றவன்
சொல்லாய் பொருளாய் சோதியாய் நிற்பவன்
கல்லாக நிற்பினும் கண்கொண்டு பார்ப்பவன்
வல்லான் கண்ணனை வணங்கியே தொடங்குவேன்!

'பாரத நாடு பழம்பெரும் நாடு
நீரதன் புதல்வர் நினைவகற் றாதீர்'
என்றொரு மாகவி இயம்பினன் அன்றுகாண்!
பல்வகை இனங்கள் பல்வகை மதங்கள்
பல்வகை மொழிகள் பரவிய பாரதம்
வேற்றுமை தனிலோர் ஒற்றுமை விளைத்தது.

இமயம் தொடங்கி இமிழ்திரைக் கடல்வரை
சமயம் எனுமோர் தனிப்பெரும் சங்கில்
உன்னத நாட்டினை ஒன்றெனச் சமைத்தது.

காஷ்மீர்க் கவிதையில் காணும் சுகங்களும்
கங்கைஓ ரத்துக் கவிதையின் வரிகளும்
தங்கவங் காளத் தனிப்பெரும் பாடலும்
சிங்க மராட்டியம் சிந்திடும் உவமையும்
ஒரிசா கவிதையின் உன்னதப் பெருமையும்

கன்னடம் தமிழொடு கவின்மலை யாளமும்
இந்தியும் சிந்துவும் உருதுவும் இயக்கிடும்
தத்துவ ஞானமும் தழைப்பதும் பாரதம்!

பாரத நாட்டின் பற்பல மொழியிலும்
அற்புதக் கவிஞர்கள் அவதரித் துள்ளனர்
ஆயினும் அவர்கள் அனைவரைத் திரட்டி
கவிஅரங் கேற்றிக் கண்டிலர் எவரும்;
வைர விழாஇது வளம்பெறும் முறையில்
இந்திச் சபையினர் இந்தியக் கவிஞரை
ஒன்று திரட்டும் உத்தமப் பணியினை
நன்றாய்ச் செய்தனர்; நல்லவர் வாழிய!

அடக்கத் துடனே ஆயிரம் காரியம்
தொடங்கி முடிக்கும் தூயதோர் இந்திப்
பிரச்சாரச் சபைஇது பெருமை மிகுந்தது!

சேவை என்பதே சிறப்பெனக் கொண்டவர்
கோவில் போலிதை கொண்டாடும் பெரியவர்
பற்பலர் உழைப்பால் தக்ஷிண பாரத
இந்திப் பிரச்சார சபைஎனும் இயக்கம்
சந்திர ஒளிபோல் தனிஒளி கொண்டது!

ஏழாவது தொகுதி

முப்ப தாண்டுக்கு முன்னரே ஒருநாள்
இந்தச் சபைக்கு எம்மருந் தந்தை
காந்திஜி வந்ததைக் கண்டு களித்தேன்.
வேப்ப மரங்களும் வேறு மரங்களும்
சாலையில் நின்று தனிஅழ களித்தன
இத்தனை வீடுகள் இல்லா திருந்தன!
அந்நாள் தொடங்கி இந்நாள் வரைக்கும்
அருகினில் வாழும் அடியேன் இதனை
கண்டு களித்தேன்; கவனித்து வந்தேன்.
பன்னூ றாண்டுகள் பாரதச் சபைஇது
தன்னிக ரின்றித் தழைத்து வளர்ந்தது
இன்னும் வாழ்ந்திட இறைவன் அருளுக!

தலைமை தாங்கும் தனிப்பெரும் தகையினீர்,
கவிப்பெரும் மக்களே, கற்பனைக் தருக்களே!
தேசம் காக்கவும் தேசியம் காக்கவும்
ஒன்றுபட் டியங்கும் உன்னதச் செல்வரே!
கொண்ட லுலாவக் குளிர்காற் றடிக்கும்
தண்டமிழ் நாட்டுத் தலைநக ரத்தே
வந்துள உங்களை வரவேற் கின்றேன்!

கவிஞர் கண்ணதாசன் கவிதைகள்

அன்பும் விருந்தும் அளிக்கும் தமிழர்கள்;
பண்பும் பரிவும் பரிசெனக் கொண்டவர்;
உங்கள் வருகையால் உவகை மிகுந்தனர்!
அத்தனை மொழிகளும் அறியோம் எனினும்
தாளம் அறிவோம்; சந்தமும் அறிவோம்;
உங்கள் கவிதையை உவந்து ரசிப்போம்!

வருக! வருக! வாழிய வாழ்க!
சூழவந் துள்ள தூயவர் தாய்மார்
அனைவரும் வருக! அனைவரும் வருக!
என்னைஇப் பணியில் இறக்கியோர் தமக்கு
நன்றியைக் கூறி நடக்கின்றேன் நானே!

(தக்ஷிண பாரத இந்திப் பிரச்சார சபையின் வைர விழா
கவியரங்கைத் தொடங்கி வைத்துப் பாடியது)

❋❋❋

ஏழாவது தொகுதி

கறை இலா அரசு

நல்லறி வுடைய மக்கள்
நன்றியில் தேர்ந்த மக்கள்
கல்லிலும் தண்ணீர் காணும்
கலைத்திறம் மிகுந்த மக்கள்;
இல்லையென் னாமல் நல்கும்
இருகரம் தமக்கே தங்கள்
சொல்லினைக் கொடுத்தார்; வெற்றி
சுடரொளி வீசச் செய்தார்!

கற்றவ ரேனும் அன்றி
கல்விஇல் லாதா ரேனும்
முற்றிய தெய்வக் கொள்கை
முகிழ்த்தவர் ஆத லாலே
வெற்றியை நல்லோர்க் கீந்தார்;
வியத்தகும் அரசைக் காண
சுற்றிலும் எழுந்தே நின்றார்;
தூயவர் வாழ்க! வாழ்க!

கள்ளமில் லாத உள்ளம்
　　களங்கமில் லாத கைகள்
தெள்ளிய அறிவின் மேன்மை
　　தேர்ந்தவர் தலைவர் அன்னார்;
புள்ளியை மீறா தாரே
　　புத்தலை தன்னில் வந்தார்
முள்ளிலா மலர்கள் தம்மை
　　மோகனக் கண்ணன் காக்க!

பொதுப்பணம் வீணா காது
　　பொய்மையும் இடம்பெ றாது
புதுப்புதுத் திட்டம் என்று
　　பூமிக்கு நன்மை செய்து
கதியிலா ஏழைக் கெல்லாம்
　　கலங்கரை விளக்கம் ஆகி
அதிசயம் நிகழ்த்தப் போகும்
　　அரசினை வாழ்த்து வோமே!

***

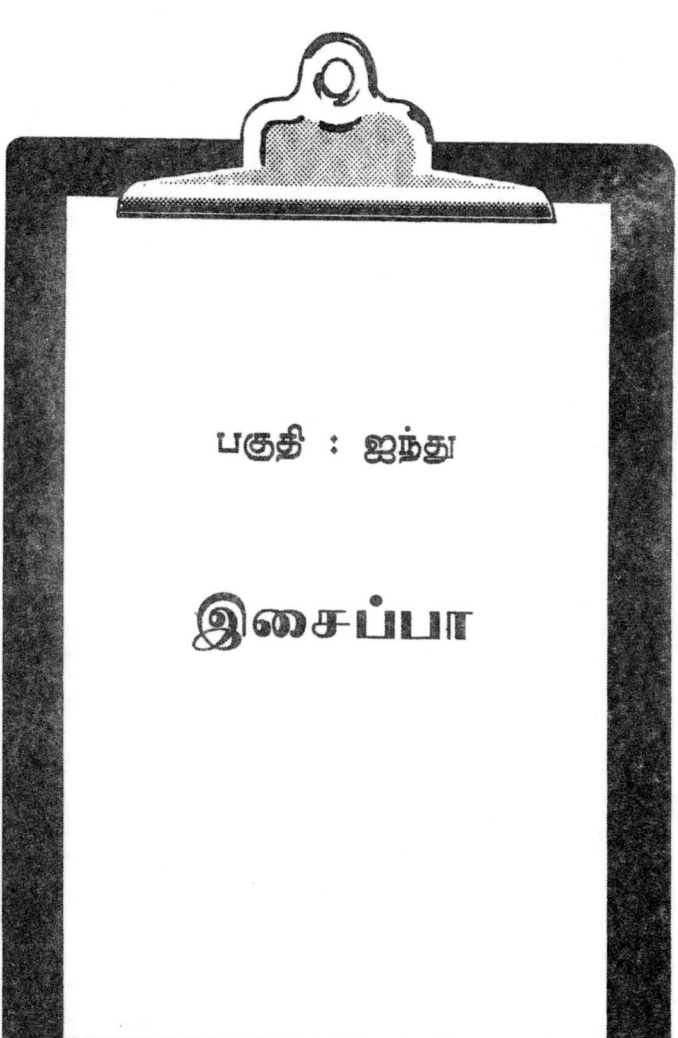

பகுதி : ஐந்து

இசைப்பா

ஆதிமூலம் எது அம்மா?

அப்பா அப்பா நான் யாரோ
அம்மா அம்மா நான் யாரோ
எப்போ தென்னைப் படைத்தார்கள்
எங்கே இருந்து நான் வந்தேன்?

அப்பா உன்னைக் கொடுத்தாராம்
அம்மா உன்னைப் படைத்தாளாம்
அப்போ தேத்தான் நீவந்தாய்
அழகுப் பிள்ளை நீயானாய்!

அம்மா அப்பா தம்மால்தான்
அழகாய் நானும் உருவானால்
அப்பா அம்மா இருவரையும்
அன்றே தந்தவர் யாரம்மா?

அப்பாவுக் கொரு பெற்றோராம்
அம்மாவுக் கொரு பெற்றோராம்
தப்பில்லாமல் அவ ராலே
தரணியில் வந்தவ ரவரம்மா!

அம்மாவுக்கும் அம்மாக்கள்
அவர்க்கும் முன்னே பெரியோர்கள்
ஆயிரம் பேர்கள் அப்போது
ஆரம்ப அம்மா எப்போது?

முதலாம் அம்மா அப்பாவே
'மூலம்' என்றார் பெரியோர்கள்!
அதனால் தானே கடவுளையும்
'ஆதி மூலம்' என்றார்கள்!

ஆதிமூலம் முதல் மூலம்
அதற்கு முன்னே ஏதுமில்லை
நீதிமூலம் நிலைமூலம்
நீண்ட காலத் தத்துவமாம்!

அனைத்தும் வந்தது எதனாலே?
ஆதிமூலம் தன்னாலே!
நினைத்துப் பார்த்தால் உலகினிலே
நீதி மூலம் அவன்தானே!

ஏழாவது தொகுதி

கண்ணே பாப்பா மறக்காதே!
கடவுள் என்பது அவனேதான்!
மண்ணும் வானும் அவனேதான்!
மானிட தத்துவம் அவனேதான்!

இதனால்தானே மனித ரெல்லாம்
இறைவன் உண்டு என்கின்றார்!
குதலை மொழியே! என்கண்ணே!
கோவிலில் சென்று காண்பாயே!

✻✻✻

எனது நாடு

எனது நாடு இந்தியா
எனது பெயர் இந்தியன்
மனித ரென்னும் யாவரும்
எனது நாட்டின் நண்பர்கள்!

கோழி நிறம் மாறலாம்
முட்டை நிறம் மாறுமோ
கூடு வேறு கட்டலாம்
குயில்கள் வேறு ஆகுமோ?

ஏழி ரண்டு மொழிகளை
எங்கள் நாடு பேசலாம்
எந்த வார்த்தை பேசினும்
இந்தியர்கள் அல்லமோ?...

- எனது நாடு...

வடக்கு எல்லை இமயமே
தெற்கு எல்லை குமரியே
வாழுகின்ற இனமெலாம்
ஓரினத்துப் பறவையே!

ஏழாவது தொகுதி

இடையி லுள்ள மதமெலாம்
எங்களுக்குச் சம்மதம்
இங்கு வாழும் யாவருக்கும்
இந்தியாவே தாயகம்...

- எனது நாடு...

காளிதாசப் புலவனும்
கம்பனென்னும் கவிஞனும்
காட்டிவைத்த வழியிலே
கலந்து வாழ்வோம் நாங்களே!
வாழி எங்கள் பாரதம்
வாழி எங்கள் தாயகம்
வாழி இந்த பூமியில்
மானிடர்கள் யாவரும்!...

- எனது நாடு...

கோடி கோடி மக்களை
கொண்டு வந்த அன்னையே
கோவில் கட்டி நாளெலாம்
கும்பிடுவோம் உன்னையே!...

கவிஞர் கண்ணதாசன் கவிதைகள்

தேடுகின்ற ஞானமும்
சேர்த்து வைக்கும் செல்வமே
தேவி எங்கள் தெய்வமே
உன்னை வாழ வைக்கவே!...   -எனது நாடு...

அண்ணன் தம்பி இருவருள்
அன்புச் சண்டை மூளலாம்
அடுத்த வீட்டுக் காரரை
அழைப்பதில்லை நாங்களே!
எண்ணிலாத வேற்றுமை
எங்கள் நாட்டில் இருக்கலாம்
என்னதான் இருப்பினும்
இந்தியர்கள் நாங்களே...!   - எனது நாடு...

(டெலிவிஷனில் குழந்தைகள் பாடுவதற்காக எழுதப்பட்டது – தொ. ஆர்.)

பாப்பாவுக்கு மாமா

ஆண்டு தோறும் இந்தியாவில்
நேரு பிறப்பார்
அன்பு வேண்டும் நாட்டிலென்று
பாடம் படிப்பார்
இந்த ஆண்டும் நம்மிடையே
நேரு பிறந்தார்
இந்தியர்கள் ஒற்றுமைக்கு
நெஞ்சம் மலர்ந்தார்! — ஆண்டு...

அடிமையாகக் கிடந்த நாட்டை
திருத்திய ராஜா
அகில மெங்கும் வணங்குகின்ற
அழகிய ரோஜா
கொடுமை தீர்ந்து அமைதிகண்ட
கொள்கையின் தங்கம்
குன்றி லிட்ட தீபம்போல
நின்றது சிங்கம்! — ஆண்டு...

கவிஞர் கண்ணதாசன் கவிதைகள்

பஞ்சசீலக் கொள்கை அவர்
    பாடிய பாட்டு
பாப்பாவுக்கு மாமா வென்று
    கூடிய கூட்டு
பஞ்சம்பசி நோய்கள் தீர்த்த
    பாரத ரத்னம்
பார்வையிலும் கருணை காட்டும்
    அற்புதச் சித்ரம்!   - ஆண்டு....

சுத்தமாக வாழ்வதற்கு
    அவனை நினைப்போம்
சுகாதாரம் பெருகிவர
    அவனை நினைப்போம்
சத்தியத்தைக் காப்பதற்கு
    அவனை நினைப்போம்
சமாதானம் வளர்வதற்கு
    அவனை நினைப்போம்!

(குழந்தைகள் தினமான நேருவின் பிறந்த நாளன்று, பள்ளிக் குழந்தைகள் பாடுவதற்காக எழுதப்பட்டது. - தொ. ஆர்.)

***

ஏழாவது தொகுதி

குழந்தை வளர்ப்பு

I

பிள்ளைச் செல்வங்கள் - அவை
பேசும் தெய்வங்கள்
உள்ளம் வெள்ளை உலவும் முல்லை
கொஞ்சும் கிள்ளை கொடுமைகள் இல்லை
— பிள்ளைச்...

தாயின் பாலைத் தந்து வளர்த்தால்
தங்கம் போல் வளரும்
தழுவும் போதே தட்டி வளர்த்தால்
தன்னை உணர்ந்து விடும்!

நோயில்லாமல் காத்து வளர்த்தால்
நூறு வயது வரும்
நோக்கம் ஒன்றைச் சொல்லி வளர்த்தால்
பாரில் உயர்ந்து விடும்!

காலம் அறிந்து உணவு கொடுத்தால்
கவலை பறந்து விடும்
கல்விக் கடலில் மூழ்கிட வைத்தால்
காலத்தை வென்று விடும்!

கவிஞர் கண்ணதாசன் கவிதைகள்

பாலைப் போன்ற பிள்ளை மனதில்
எதுவும் பதிந்து விடும்
பயந்து பயந்து வீட்டுக்குள் வைத்தால்
பயனின்றி மாறி விடும்!

அன்பை அதிகம் காட்டி வளர்த்தால்
அதுவும் அன்பாகும்
ஐந்து வயதில் கற்பவை எல்லாம்
ஆயுள் வரை வளரும்!

பண்பாடுள்ள பிள்ளைகளைத் தான்
பாரதம் வேண்டுவது
பாரத நாட்டுத் தாய்மார்க் கெல்லாம்
வேறென்ன கூறுவது!...

II

பெற்றால் மட்டும் போதாதம்மா
பிள்ளை வளர்க்கவும் தெரியோணும்
கற்றால் மட்டும் போதாதம்மா
கல்வியின் பெருமை அறியோணும்!

எத்தனை பிள்ளை நாட்டில் வந்தது
எல்லாம் காந்தி இல்லை
எந்தப் பிள்ளையும் தவறாய் வளர்ந்தால்
என்றும் சாந்தி இல்லை!

குழந்தை முன்னே தகப்பன் குடித்தால்
குடிக்கப் பழகி விடும்
கோபத்தாலே வார்த்தைகள் சொன்னால்
குழந்தையும் கற்று விடும்!

சேரும் குழந்தை எவைஎனப் பார்த்துச்
சேர்ந்திட வைக்கோணும்
தினமும் காலையில் குளித்திட வைத்துத்
தெய்வத்தைக் காட்டோணும்!

கவிஞர் கண்ணதாசன் கவிதைகள்

செல்லம் கொடுத்து வளர்ப்பதனாலே
    தீமையும் வருவதுண்டு
தினமும் பிள்ளையை அடிப்பதனாலே
    சொரணையும் போவதுண்டு!

தங்கப் பிள்ளைகள் வளரும் முறைகள்
    தாயார் கைகளிலே
தட்டுக் கெட்டு அலைந்த தென்றாலும்
    தந்தை வழியினிலே!

தண்டவாளம் சரியாய் இருந்தால்
    வண்டிக்கு ஆபத்தில்லை!
தாயும் தந்தையும் சரியாய் வளர்த்தால்
    சேய்க்கொரு குற்றமில்லை!

✵✵✵

புகையும் பகையும்

இழுக்க இழுக்கவரும் இன்பம் - புகை
இறுதியிலே தரும் துன்பம்
ஒழுக்கத்தை நான் சொல்லவில்லை - உடல்
உருப்பட ஓர்வழி சொல்வேன்!

உதிரத்தின் அணுக்களைக் கெடுக்கும் - பிள்ளை
உடல்வலு வில்லாமல் பிறக்கும்
இதயத்தின் துடிப்பினைப் பெருக்கும் - புகை
இளமையில் மரணத்தில் முடிக்கும்!

பிடிக்கின்ற கைகளைப் பாரு - அதில்
பெருமளவில் ஒரு கோடு
நிறத்தினிலே மஞ்சள் காட்டும் - அந்த
நிறம்தான் உட்புறம் வாட்டும்!

கவிஞர் கண்ணதாசன் கவிதைகள்

படிப்பதில் இல்லாத சுகமா - நல்ல
 பழக்கத்தில் இல்லாத சுகமா
கெடுக்கின்ற பொருள்களில் சுகத்தை - நீ
 கேட்பதும் பிடிப்பதும் தகுமா?

புகைபிடிக் கின்றவன் இதழை - இளம்
 பூவையர் விரும்புவ தில்லை
பகைவரில் பெரியது புகையே - அதை
 பார்ப்பதும் உடம்புக்குப் பகையே!

***

மது...

I

மது மயக்கம் - அது
மதி மயக்கம் - ஒரு
வம்சத்தை அழிப்பது
மதுப் பழக்கம்!

புத்தியுள் ளோர்க்குப் புகழ் மயக்கம் - தொழில்
புரிபவர் காண்பது பொருள் மயக்கம்
பக்தியுள் ளோர்க்கு அருள் மயக்கம் - நன்கு
படித்தவர் காண்பது மொழி மயக்கம்!

உத்தமன் என்றுனை ஊர் புகழ்ந்தால் - அந்த
ஒவ்வொரு சொல்லிலும் போதையுண்டு
சக்தியுள் ளோன்என்று புகழ்ந்து ரைத்தால் - அந்தத்
தனித்தன் மையில்ஒரு மயக்கம் உண்டு!

கவிஞர் கண்ணதாசன் கவிதைகள்

கட்டிய மனைவிக்குச் சுகமிருக்கும் - உன்
காதலில் இலக்கிய மணமிருக்கும்
தொட்டிலில் கிடக்கின்ற குழந்தை கட்கும் - உயர்
சுடர்மிக்க காலங்கள் காத்திருக்கும்!

தேவை இல்லாததைப் பழகிவிட்டு - பின்பு
தினம்தினம் ஆயிரம் கவலைப் பட்டு
ஆயிரம் டாக்டரைப் பார்த்துவிட்டு - நீ
அலறுவ தேனோ அவதிப் பட்டு!

மதுவைத் தொடாவிடில் சபை மதிக்கும் - அந்த
மதிப்பினில் புதுப்புதுத் தொழில் கிடைக்கும்
அதிகம் உழைத்திட உடல் இருக்கும் - உனை
அனைவரும் வணங்கிடும் நிலை பிறக்கும் - மது...

ஏழாவது தொகுதி

II

ஒரு நாள் மாலையில் பழகிக் கொண்டேன் - பின்
ஒவ்வொரு நாளிலும் தொடர்ந்து சென்றேன்
விட நினைத்தேன் அதை முடியவில்லை - குலம்
வேதனைப் படுவது சகிக்க வில்லை!

குடிக்கின்ற நேரம் வந்துவிட்டால் - என்
குடும்பத்தின் மீதே எரிச்சல் வரும்
இருக்கின்ற தாலியைப் பறித்துக்கொள்ளும் - மது
ஏக்கத்தில் எதையும் குடித்து விடும்!

நல்லது கிடைத்திட வில்லை என்றால் - மனம்
நாட்டுச் சரக்கினைத் தேடச் சொல்லும்
இல்லையென் றால் அது விஷங் குடிக்கும் - புத்தி
இருப்பதும் அன்று மறந்து விடும்!

குடித்தபின் சொல்லும் வார்த்தைகளில் - வரும்
கோபங்களை மனஸ் தாபங்களை
விடிந்ததும் யாரும் எடுத்துரைத்தால் - அது
விவஸ்தை இல்லாமல் மறந்திருக்கும்!

கவிஞர் கண்ணதாசன் கவிதைகள்

என்ன செய்தோம் என்று புரிவதில்லை - நாம்
இருக்கும் இடங்களும் தெரிவதில்லை
நல்ல குடும்பத்தில் பிறந்த பிள்ளை - எனும்
நலமிக்க தகுதியும் பார்ப்பதில்லை!

ரகசியம் அனைத்தையும் உளற வைக்கும் - தினம்
ராத்திரி முழுவதும் விழிக்க வைக்கும்
அவசர மான வேலையையும் - அட
ஆகட்டும் போவென விலக்கி வைக்கும்!

சுயமரி யாதையை இழக்காதே - உயர்
சுத்தசன் மார்க்கத்தை மறக்காதே
பெயரினைப் பழக்கத்தில் கெடுக்காதே - உன்
பெருமையைக் காத்திடக் குடிக்காதே!

ஏழாவது தொகுதி

முன்னேற...

ஞானத்தில் முன்னேறுவோம் - விஞ்
ஞானத்தில் முன்னேறுவோம்!
வானத்தில் பறந்து வையத்தையே அளந்து
ஞானத்தில் முன்னேறுவோம் - விஞ்
ஞானத்தில் முன்னேறுவோம்!

மண்ணுக்குள்ளே இருந்து
    எண்ணெய் எடுப்போம் - தினம்
வகைவகைச் சோதனையில்
    நெல்லைக் குவிப்போம்
விண்ணைப் பிளந்துசென்று
    நோட்ட மிடுவோம் - நாம்
விரைவாக நல்வாழ்வுத்
    தோட்ட மிடுவோம்!

-விஞ்ஞா...

கவிஞர் கண்ணதாசன் கவிதைகள்

காய்கின்ற ஆறுகளில்
    நீரைப் பிரிப்போம் - அந்தக்
கரைகளிலே புதிய
    சோலை வளர்ப்போம்
பாய்கின்ற ஆறுகளைத்
    தேக்கித் தடுப்போம் - புதுப்
பச்சை வயல்கள் பல
    நாளும் வளர்ப்போம்!   - விஞ்ஞா....

மண்டும் புதுத்தொழில்கள்
    கோடி வளர்ப்போம் - வரும்
மக்கள் தொகைக்குநல்ல
    வேலை கொடுப்போம்
அண்டி வருபவர்க்கும்
    சோறு படைப்போம் - இந்த
அகிலத்து நாடுகட்கு
    முன்னிலை வைப்போம்!   - விஞ்ஞா...

ஏழாவது தொகுதி

எட்டுத் திசைகளிலும்
    வெற்றிச் சிறப்பு - தினம்
இன்பம் நிறைந்ததொரு
    வாழ்க்கை வனப்பு
கொட்டிக் குவிக்கும்செல்வம்
    கோடிக் கணக்கு - அந்தக்
கோடியில் பங்குஉண்டு
    என்றும் உனக்கு!   - விஞ்ஞா...

✶✶✶

கவிஞர் கண்ணதாசன் கவிதைகள்

இசை

கல்லில் எழுந்தது கலைஅருவி - உயர்
கம்பன் பொழிந்த தமிழருவி
சொல்லினில் வருவது சுவையருவி - நல்ல
சொந்தங்கள் தருவது துணையருவி!

வானம் பொழிவது மழையருவி - அது
மலைவழி வந்தால் மலையருவி
ஞானத்தில் பிறப்பது அறிவருவி - இங்கு
நாமின்று கேட்பது இசையருவி!

துன்பம் தீர்ப்பது இசையல்லவா - நெஞ்சை
சொர்க்கத்தில் வைப்பது இசையல்லவா
இன்பத்தில் மிதப்பது இசையல்லவா - என்றும்
இரக்கத்தை வளர்ப்பதும் இசையல்லவா!

ரசனை இல்லாதது கல்மனது - இசை
ரசிக்கின்ற மனமே நல்மனது
அசையாப் பொருளும் உருகிவிடும் - இசையில்
ஆனந்த வெள்ளம் பெருகிவிடும்!

(திருச்சி வானொலி நிலையத்துக்காக)
✻✻✻

ஏழாவது தொகுதி

ஒலியும் ஒளியும்

கடவுளின் காட்சி தொலைக்காட்சி - அதை
கண்களில் தருவது கலைக் காட்சி
படமென விரிப்பது படக்காட்சி - இது
பரமனின் ரகசிய அரசாட்சி!

தூரத்தில் இறைவனின் நடிப்பு - அதன்
சாரத்தைத் தரும் பக்திப் பிடிப்பு
நேரத்திற் கேற்றநல் நடிப்பு - அதை
நித்தமும் வளர்த்திடும் சிறப்பு!

ஆடலும் பாடலும் வளர்க்கும் - நல்ல
அரசியல் நிலவரம் உரைக்கும்
நாடிதை நாடென அழைக்கும் - ஒரு
நாள்முழுதும் இன்பம் வளர்க்கும்!

ஒலிமட்டும் கேட்டது அன்று - அது
ஒளியுடன் வந்தது இன்று
இலைமட்டும் போட்டது ஒன்று - அதில்
இனிப்புகள் வந்தன இன்று!

கவிஞர் கண்ணதாசன் கவிதைகள்

அறிவியல் உரைத்திடும் பள்ளி - நலம்
ஆரம்பிக்கும் விடி வெள்ளி
அரசியல் பொருளியல் அள்ளி - நம்மை
ஆடவைக்கும் சுவை துள்ளி!

அனுபவம் என்பது ஞானம் - அது
ஆன்மா உரைக்கும்மெய் ஞானம்
ஒளியுடன் ஒலிதரும் கானம் - இதை
உணர்த்தும் பெயர்விஞ் ஞானம்!

கண்ணி ருக்கும்வரை காண்போம் - இரு
காதிருக்கும் வரை கேட்போம்
எண்ணி ருக்கும்வரை நினைப்போம் - நம்
இதயத்தில் புதுமையை வளர்ப்போம்!

(சென்னையில் தொலைக்காட்சி ஆரம்ப தினத்தன்று இதுவும், அடுத்த பாடலும் வானொலி ஒலிபரப்பியவை. - தொ. ஆர்.)

✱✱✱

கண்ணன் பெயரைச் சொல்லி...

அன்னையிலும் சிறந்த அன்னை - அவன்
தந்தையிலும் சிறந்த தந்தை
மன்னரிலும் சிறந்த மன்னன் - நம்மை
வாழவைப்பான் கமலக் கண்ணன்!

பார்த்தனின் சாரதியைக் கொண்டு - அன்று
பாரதப் போர்முடிந்த துண்டு
ஆர்த்து அவன்எழுந்து நின்று - எம்மை
ஆதரிப்பான் கருணை கொண்டு!

நாடு விரும்புகின்ற நேரம் - அவன்
நான்வரு வேன்என்ற கீதம்
ஆடி இருக்கும்எங்கள் செவியில் - இன்று
அவதரித்தான் இந்தப் புவியில்!

கண்ணனெனும் வடிவில் இருப்பான் - அவன்
காற்றெனவும் உலகில் மிதப்பான்
பெண்ணெனவும் புவியில் பிறப்பான் - நல்ல
பெயரும்புகழும் அவன் வளர்ப்பான்!

கவிஞர் கண்ணதாசன் கவிதைகள்

பச்சைப்பயிர்கள் அவன் பிறப்பு - மண்ணில்
பறவைக் குலங்கள் அவன் சிறப்பு
இச்சைக்கினிய கண்ணன் நினைப்பு - எங்கள்
இதயம் உருகிநிற்கும் துடிப்பு!

கண்ணன்பெயரைச் சொல்லி தொடக்கம் - இனி
காலம்முழுதும் நன்கு நடக்கும்
அண்ணல்துணை இதற்கு இருக்கும் - மக்கள்
ஆனந்த ஓடையினில் மிதக்கும்!

பாரதத் தாயகத்தைக் காக்க - எங்கள்
பாவம்பழி யனைத்தும் போக்க
சாரதி கண்ணன்தனை அழைப்போம் - நாம்
தாயகம் வாழ்வதற்கு உழைப்போம்!

***

சீல மாதவா!

தேவ தாருவே காம தேனுவே
தேவ தூதனே கண்ணா - உயர்
காவல் தெய்வமே காதல் தீபமே
கங்கை யாண்டிடும் மன்னா!

ஆதியும் இலை அந்தமும் இலை
நீதி உன்நிலை கண்ணா - ஒரு
சாதியும் இலை தனிமையும் இலை
தர்ம தேசத்தின் மன்னா!

ராதை நாதனே நான்கு வேதனே
கீதை நாயகா கண்ணா - உன்
பாதை எவ்வழி நாங்கள் அவ்வழி
பாடி யாடுவோம் மன்னா!

எங்கு நோக்கினும் என்ன கேட்பினும்
என்னைக் காணலாம் என்றாய் - நாங்கள்
ஒன்று நோக்கினோம் ஒன்று கேட்கிறோம்
உன்னை மட்டுமே கண்ணா!

கவிஞர் கண்ணதாசன் கவிதைகள்

காட்டு மேட்டிலும் நாட்டு வீட்டிலும்
காவல் கொண்டவன் அன்றோ - உன்
பாட்டும் கீதையும் பாண்டவர் தமை
வாழ வைத்தன அன்றோ!

கமல தேவனே மலைய நாட்டினை
காவல் கொண்டனை இன்று - எங்கள்
அமல நாதனே உன்னைப்போ லொரு
சமயம் ஏதுடா இங்கு!

காலம் யாவிலும் வசந்த மானவன்
மாதம் யாவிலும் மார்கழி - உன்
நீதம் யாவையும் புவனம் காப்பதே
நேர்மை ஒன்றுதான் உன்வழி!

கண்ணன் கோவிலைக் கட்டிக் காப்பதே
நாங்கள் செய்திடும் சேவையே - எந்தக்
காலமும் உன்தன் கோவில் காணுவோம்
பாத பூஜையே தேவையே!

ஏழாவது தொகுதி

பால கிருஷ்ணனே சீல மாதவா
என்றும் உன்னடி போற்றினோம் - எம்
பாவம் தீரவும் நன்மை சேரவும்
கோவில் தீபத்தை ஏற்றினோம்!

(கோலாலம்பூர் சேராங்கமலை மீது கண்ணன் கோவில்
எழுப்பியுள்ள ஒரு சகோதரிக்காக இயற்றியது - தொ. ஆர்)

✳✳✳

கவிஞர் கண்ணதாசன் கவிதைகள்

மலைநாட்டில்...

மனக்கோவில் கொண்டெழுந்தான்
    பரந்தாமன் - கீழ்
மலைநாட்டிலே - இலங்கும்
தமிழ் வீட்டிலே - தமிழர்
மனக்கோவில் கொண்டெழுந்தான்
    பரந்தாமன்!

இனிக்கின்ற இசையூட்டும் புல்லாங்குழல் - இனி
என்றென்றும் மலை நாட்டில் ஒலிக்குமம்மா - தமிழர்
மனக்கோவில் கொண்டெழுந்தான் பரந்தாமன்!

    போர்முகத்தில் அர்ச்சுனர்க்குக்
        கீதை சொன்னான் - மனிதர்
    புகழோங்க வாழ்ந்திருக்கும்
        பாதை சொன்னான்!

    தேர்நடத்திப் பாரதத்தில்
        நிலையாய் நின்றான் - இங்கு
    சிலையாய் நின்றான் - அன்பு
        மலையாய் நின்றான்!
            — தமிழர் மனக்கோவில்...

ஏழாவது தொகுதி

தர்மநெறி வளரக் கண்ணன் துணை - மனிதர்
தன்னலம் மறந்திருக்கக் கண்ணன் துணை
கர்மங்கள் சீர்மைபெறக் கண்ணன் துணை - யோகம்
காணாதார் கண்டுகொள்ளக் கண்ணன் துணை!
— தமிழர் மனக்கோவில்...

கோகுலத்தில் இருந்த கண்ணன் சிலை - இன்று
கோலாலம் பூர்கோயில் கொள்ளும் நிலை
மாதவன் தனைத்தாங்கும் சேராங் மலை - இந்த
மணமிகும் கோவிலுக்கு விலையே இலை!
— தமிழர் மனக்கோவில்....

(கோலாலம்பூர் 'சேராங்' மலைமீது புதிதாக எழுந்துள்ள
கண்ணன் கோவில் முதல் நாள் விழாவில் பாடுவதற்காக
இயற்றியது.- தொ. ஆர்)

✱✱✱

சர்வோதயம்

சேவை செய்ய நாம் பிறந்தோம்
மண்ணிலே - மக்கள்
தேவையை அறிந்து நாட்டைக்
கோவில்போல வேநினைந்து,

- சேவை....

காந்தி என்னும் தேசத்தந்தை கண்டது - உயர்
காரியங்கள் செய்வதற்கு எழுந்தது
சாந்தி சேனையாய் நிலைத்து நின்றது - இது
சர்வோத யம்எனும் பெயர் கொண்டது!

பூமியைத் திருத்து கின்ற மேன்மையும் - நல்ல
பூமிதானம் கொள்ளுகின்ற பான்மையும்
காம குரோத லோபமற்ற சீர்மையும் - எங்கள்
கடமை என்று கொண்டுதினம் நடக்கிறோம்!

நல்ல மக்களை வளர்க்க நினைக்கிறோம் - உயர்
நாணயத்தைப் பேருழைப்பை மதிக்கிறோம்
அல்லல் நீக்கும் பணியினையே தொடர்கிறோம் - உங்கள்
அத்தனைபேர் ஒத்துழைப்பை விழைகிறோம்!

ஏழாவது தொகுதி

கட்சி பேதமற்ற தெங்கள் சங்கமே - காந்தி
காலடியைக் காப்ப தெங்கள் தர்மமே
பட்ச பாதமற்ற தெங்கள் பார்வையே - தேச
பக்தியையே கூறும் எங்கள் வேர்வையே!

பாரதத்தின் நன்மை தன்னை நாடுவோம் - நாம்
பாரதத்தாய் மக்கள் என்று பாடுவோம்
ஓரணியில் அனைவரும் கூடுவோம் - அந்த
உத்தமனை நெஞ்சில் எண்ணி ஆடுவோம்!

- சேவை...

(1980-ஆம் ஆண்டு கன்னியாகுமாரியில் இருந்து புறப்பட்ட, சர்வோதய பாதயாத்திரைக் குழுவுக்காக எழுதப்பட்ட வழிநடைப் பாட்டு)

***

தமிழன்

I

கடல் கடந்தான் எங்கள் தமிழன் - அங்கும்
கற்பூர தீபம் கண்டான் இறைவன்
உடலுக்குப் பொருள்தேடி உள்ளத்தில் இறைநாடி
தமிழுக்கும் பணிசெய்து தன்மானத்துடன் வாழ
- கடல்...

அந்தப் பக்கம் போனால் முருகாலயம்
அதனருகே பார்த்தால் கிருஷ்ணாலயம்
எந்தப் புறத்தினிலும் சிவனாலயம்!
எங்கணும் எப்புறத்தும் தமிழாலயம்!
- கடல்...

அமரிக்கை யானதொரு தத்துவத்தை
அமெரிக்க நாடுகளில் விதைப்பதற்கு
இமைஎனக் காத்துவரும் தம்மதத்தை
இலண்டன் நகர்தனிலும் விதைப்பதற்கு,
- கடல்...

ஏழாவது தொகுதி

முன்னீர்ப் பழந்தீவில் ராமன் கண்டேன் - நல்ல
மோகனத் தாய்லாந்தில் சீதை கண்டேன்
பின்னர்கம் போடியாவில் பிரம்மன் கண்டேன் - என்றும்
பிழையறு இந்துமத தெய்வம் கண்டேன்!
- கடல்...

மதுரையின் மீனாட்சி கடல் கடந்தாள் - திரு
மலைவளர் நாயகனும் கடல் கடந்தான்
அதிசய கணபதியும் கடல் கடந்தான் - நம்மை
ஆட்கொள்ளும் வேலவனும் கடல் கடந்தான்!
- கடல்...

கோவிந்த ராஜனவன் குரலினிலே - அந்த
கோகுலக் கண்ணனவன் குரல் கொடுத்தான்
பாவலன் கண்ணதாசன் பாட்டினிலே - அந்த
பனிமலர் கலைமகள் தமிழ் கொடுத்தாள்!

(இதுவும், இதனைத் தொடர்ந்த இரு பாடல்களும் இலண்டன்,
அமெரிக்கா முதலிய நாடுகளில் சீர்காழி திரு. கோவிந்தராஜன்
பாடுவதற்காக எழுதப்பட்டவை. -தொ. ஆர்)

***

II

எங்கும் எதிலும் தமிழோசை - இலண்டன்
எதிரொலிக்கும் அந்த மணியோசை
பொங்கும் தமிழ்பாட்டின் இன்னோசை - மனம்
பூரித்துப் பாடுதம்மா என்னாசை!
- எங்கும்...

சங்கம் வளர்த்ததமிழ் உலகமெங்கும் - இன்று
தனிநடை போடுதம்மா வீறுகொண்டு
தங்கக் குலவிளக்குத் தமிழ்த்தாயை - இந்தத்
தலைநகர் பாடுதம்மா ஆசைகொண்டு!
- எங்கும்...

முருகன் கழுத்துக்கொரு மணியாரம் - அவன்
முன்னின்று பாடுதற்குத் தேவாரம்
நிருமித்த நெஞ்சினிற்குப் புகழாரம் - இந்த
நேரத்திலே நானிசைக்கும் தமிழாரம்!
- எங்கும்...

ஆர்த்த திரைகடலும் தமிழொலிக்கும் - அதில்
ஆடிடும் மீன்களெல்லாம் தமிழ்படிக்கும்
தீர்த்தக் கரையில் பெண்கள் குரலொலிக்கும் - அது
திரும்பிய பக்கமெல்லாம் எதிரொலிக்கும்
- எங்கும்...

ஏழாவது தொகுதி

உலகம் முழுதும் சென்றான் தொழில்நடத்த-தமிழன்
உள்ளமும் சென்றதம்மா தமிழ்நடத்த
கலையில் சிறந்த இசைக் கலைநடத்த - நானும்
கடலைக் கடந்ததுவந்தேன் தமிழ் வளர்க்க!
- எங்கும்...

எங்கள் குலத்துதித்த சோதரரே - தினம்
இன்முகம் காட்டிவரும் அன்னையரே
உம்மை நினைத்திருக்கும் தாயகமே - இந்த
உலகத்திலே சிறந்த தமிழகமே!

அன்றொரு நாள்நம்மை அடிமை கொண்டார் - முருகன்
அவரையும் சேர்த்து இன்று அடிமைகொண்டார்
இன்பத் தமிழர்தங்கள் கடமை கண்டார் - கோவில்
எழுப்பி விட்டார் தமிழை ஏற்றிவைத்தார்!
- எங்கும்...

III

மலைக்குடி வேலன் இன்று
　கடல் தாண்டினான் - இலண்டன்
மாநகரில் வந்து குடியேறினான்
சிலைவடி வாகவந்து
　வரம் நல்கினான் - தமிழர்
திருவருள் கொள்வதற்குத் துணையாகினான்!
　　　　　　　　　　　- மலைக்குடி...

எங்கிருந்தும் அவனை மறப்பதில்லை - தமிழர்
　ஏற்றும் திருவிளக்கு அணைவதில்லை
பொங்கும் தருமவெள்ளம் குறைவதில்லை - தமிழர்
　புகழும் பொருளும் என்றும் அழிவதில்லை!
　　　　　　　　　　　- மலைக்குடி...

ஏழாவது தொகுதி

நாகரிகம் வளர்ந்த மேற்கினிலே - குமர
 நாயகன் கோவில்கண்டார் ஆசையிலே
தேக உழைப்பைச் சிலர் உவந்துதந்தார் - சிலர்
 திரவியம் தந்ததுடன் தம்மைத் தந்தார்!
 - மலைக்குடி...

அறுபடை வீடு என்று
 அழைத்து வந்தோம் - ஒரு
அற்புத வீட்டை இங்கே
 படைத்து விட்டோம்

எழுபடை வீடு என்று
 தொடர்ந்து செல்வோம் - இலண்டன்
எழுப்பிய கோவிலையும்
 சேர்த்துக் கொள்வோம்!
 - மலைக்குடி...

கவிஞர் கண்ணதாசன் கவிதைகள்

இலங்கை முருகனுக்கோர்
    கதிர்காமம் - பொருள்
இலங்கும் மலேஷியாவில்
    பல கிராமம் துலங்கும் இலண்டனுக்கும்
தொடர்ந்து வந்தான் - எங்கள்
சுவாமிநாதன் அருளைச்
சுரக்க வந்தான்!
                      - மலைக்குடி...

அருணகிரி ஒருநாள்
    வரைந்து வைத்தார் - அவர்
    அடிச்சுவட்டில் பலபேர்
    புகழ்ந்து வைத்தார்
கருணை முருகன் தன்னை
    ஏற்றி வைத்தார் - கவிஞர்
கண்ணதாசன் இதனைப்
பாடி வைத்தார்!
                      - மலைக்குடி...

***

பகுதி : ஆறு

புதிய பதங்கள்

ஏழாவது தொகுதி

புதிய பதங்கள்

1

நெஞ்சில் நிறுத்திஒரு நினைவைக் கொடுத்தவருக்கு
கொஞ்சமும் மனமில்லையே! தோழி! - எனைக்
கொஞ்சவும் வரவில்லையே!

மஞ்சம் விரித்துஎந்தன் மனதைக் கெடுத்துவிட்டு
தஞ்சமும் தரவில்லையே - இனிநான்
அஞ்சிடில் சுகமில்லையே!

தோளில் விழுந்தவரைத் தொட்டுத் தழுவிக்கொண்டு
வாழவும் வழியில்லையே - அதனைநான்
மீளவும் வகையில்லையே!

பாளம் பிளந்துவைத்த பஞ்சு இதழிரண்டை
ஆளவும் அவனில்லையே - அதற்கொரு
நாளில்லை பொழுதில்லையே!

உடலில் வெயிலடிக்க உள்ளம் குளிரடிக்க
படுந்துயர் என்னாகுமோ - என்மேனி
பழுத்ததும் வீணாகுமோ!

கடலில் குளிப்பதற்கும் கனவில் மிதப்பதற்கும்
கன்னிக்கு நாளாகுமோ - எனதொரு
கற்பனை பாழாகுமோ!

காமன் தொடுத்தகணை சாமத்திலே விழுந்து
பூமெத்தை நீரானதே - என்னிதழ்
ஊமத்தம் பூவானதே!

நேமித்த கற்புநெறி நிறைவு பெறுவதற்கு
சாமியை வரச்சொல்லடி - இல்லைஎன்
சடலத்தைப் பெறச்சொல்லடி!

2

பஞ்சணை ஏன் விரித்தாய் - தோழி
பஞ்சணை ஏன் விரித்தாய் - காய்ச்சிய
பாலையும் ஏன் கொடுத்தாய்
கொஞ்சிக் கலந்திருக்கக் கூடல் புரிந்திருக்க
மஞ்சத்திலே அணைக்கும் மாரனில்லா நிலையில்
- பஞ்...

மஞ்சள் முகத்தில் முத்த மழைஇல்லையே - என்
மார்பில் நகக்குறியின் படமில்லையே
வஞ்சி இடை வளைக்கக் கரமில்லையே - என்
மயக்கந் தனைஉரைக்கத் தரமில்லையே!
- பஞ்...

மோக இதழ்வெளுக்க முத்தம் இல்லை - பெரும்
மூச்சுடனே குளறும் சத்தம் இல்லை
தேகத்திலே வியர்வை வெள்ளம் இல்லை - என்
தேவனுக் கென்னிடத்தில் உள்ளம் இல்லை!
- பஞ்...

கலவரம் செய்வதையும் அமளி என்பார் - இன்பக்
கலவி நடக்குமிடம் அமளி என்பார்
அலைமழை ஓய்ந்தபின்னர் அமைதி என்பார் - சுக
ஆனந்தம் ஓய்ந்தபின்னும் அமைதி என்பார்!
- பஞ்...

கவிஞர் கண்ணதாசன் கவிதைகள்

தூக்கம் கெடுப்பதற்கு நிலவை விட்டான் - என்
தோள்கள் தளர்வதற்குக் கனவை விட்டான்
ஏக்கம் கொடுத்தவள்ளல் தனியே விட்டான் - என்
இன்ப நதிதடுக்க அணையை இட்டான்!
- பஞ்...

அணையும் இடத்தினைப் பஞ்சணை என்றதும் - தலை
அணைக்கும் இடத்தைத் தலையணை என்றதும்
அணைப்பதற் கென்பதனை அறிவாயடி - எதை
அணைப்பதற்கோ அணையை விரித்தாயடி!
- பஞ்ச...

ஏழாவது தொகுதி

3

நீராடும் போதிலொரு நினைவு - அவன்
நேராக நிற்பதுபோல் கனவு
ஆறோடும் வெள்ளமென ஆனந்த வெள்ளமொன்று
வாராத பக்கமெங்கும் வரவு!
— நீரா...

காதல் கனிஇரண்டு புல்லரித்தது - அதை
கட்டோடு என்னிரண்டு கையணைத்தது
மாதர் மறைக்கும் இடை தேன்வடித்தது - இடம்
மல்லாந்து சாய்ந்திருக்கப் பாய்விரித்தது!
— நீரா...

தேவன் தொடாமல் இந்தமேனி எதற்கு - அவன்
தேனூற்றித் தாராமல் கன்னம் எதற்கு?
கோவில் திறந்துவைத்த கோலம் எதற்கு - தினம்
கொட்டோசை இல்லாமல் வாசல் எதற்கு?
— நீரா...

கண்டாங்கி இல்லாமல் தேகம் நின்றது - அதில்
கல்லாலெழுதி வைத்த மோகம் நின்றது
கண்டாங்கு சேர்ந்திருக்க ஆசைவந்தது - என்
கண்ணாளன் றங்குமொரு பாஷை வந்தது!
— நீரா...

கவிஞர் கண்ணதாசன் கவிதைகள்

முன்னால் குளிப்பதற்கு காரணம் உண்டு - அவன்
முத்தத்தின் போதுமனம் ஓடிடும் நின்று
பின்னால் குளிப்பதற்குக் காலம் இல்லையே- நான்
பெண்ணாய்ப் பிறந்தும்மணக் கோலம் இல்லையே!
- நீரா...

ஏழாவது தொகுதி

4

கதவைத் திறந்து வையடி - எந்த
கள்வன் வந்தா லென்ன
கண்ணன் வரும் வரைக்கும்
கதவைத் திறந்து வையடி!

இதயத் துடிப்பை நெஞ்சு தாலாட்டுது - மெல்ல
ஏறி இறங்கிக் கொங்கை நீராட்டுது
அதிகம் சிறுத்த இடை தள்ளாடுது - அதில்
ஆடை நெகிழ்ந்து மெல்ல அகன்றோடுது!
-கத...

கட்டிப் பிடிக்கும் கைகள் கனிகின்றன - பள்ளி
கட்டில் தலையணைகள் நனைகின்றன
கொட்டித் தரும் இதழ்கள் காய்கின்றன - அவை
குதிக்கின்றன - உடலைத் தகிக்கின்றன!
- கத...

ஐயா என்றேஅழைக்க அவனில்லையே- இடையில்
அம்மா வென்றே துடிக்கும் சுகமில்லையே
கையால் தலைவருடும் கனவில்லையே - இன்பக்
களமில்லையே - இளமை வளமில்லையே!
-கத...

5

காதல் கலையில் மன்னவா - உன்
கருணை எனக்கே அல்லவா
போதை இதழ்குவித்து பூவாங்கித் தேன்குடித்து
வாதைச் சுகங்கொடுத்து வலைபோட்டெனை இழுத்து
- காதல்...

சங்கொலி கால்தண்டை சதக் கென்றதும்
சந்தன இளமார்பு தடங் கொண்டதும்
அங்கயல் விழிக்கோணம் சிவப் பானதும்
அந்தியில் நீசெய்த தடமல்லவா!
- காதல்...

கொக்கோகம் கற்றுவந்த குருவல்லவா - என்
குழல் மேகத்துள் மறைந்த உருவல்லவா
பொற்காலம் தோற்றுவித்த பொருளல்லவா - என்
புனலல்லவா - பிரிவில் கனலல்லவா!
- காதல்...

அம்மாடி என்றுரைத்த சுகம் சொல்லவா - நான்
ஐயாவென் றேஅழைத்த கதை சொல்லவா
அம்மாயக் கண்ணனுரு நீயல்லவா - என்
அணையல்லவா கரும்புக் கணையல்லவா!
- காதல்

ஏழாவது தொகுதி

6

பெண்ணாக ஏன் பிறந்தேன்
பேராசை ஏன் அடைந்தேன் -
கண்ணாரத் தூக்கம் இல்லையே - தோழி
கண்ணாரத் தூக்கம் இல்லையே!   பெண்...

கண்ணாடி முன்னிருந்து
கட்டி யணைப்பதற்கு
கண்ணன்தன் உருவம் இல்லையே - தோழி
கண்ணன்தன் உருவம் இல்லையே!   பெண்...

ஸ்ரீகிருஷ்ண லீலை என்று
ஏதேதோ கேட்டதுண்டு
நான் இன்னும் காணவில்லையே - தோழி
நான் இன்னும் காணவில்லையே!   பெண்...

பாமா அருகிருக்க
ராதா மடியிருக்க
நாமாரென் றெண்ணம் வந்ததோ - இல்லை
யமுனாவில் வெள்ளம் வந்ததோ!   பெண்...

தேரோட்டும் சாரதிக்கு
தேங்கூட்டு மேனிதன்னில்
நீரோட்டம் வற்றி விட்டதோ - வேறு
நினைவோட்டம் முற்றி விட்டதோ! பெண்...

மஞ்சள் குளித்து வந்தேன்
மல்லிகை சூடி வந்தேன்
கொஞ்சஓர் கண்ணன் இல்லையே - அவன்
குழலிலும் பாடல் இல்லையே! பெண்...

அஞ்சாறு பெண்ணை வைத்து
அஞ்சாமல் ஆடும் கண்ணன்
நெஞ்சாரச் சொந்தம் இல்லையே - அவன்
நெருங்காமல் தூக்கம் இல்லையே! பெண்...

ஏழாவது தொகுதி

7

பிருந்தா வனமென்ன வெகுதூரமா - இந்தப்
பேதைக்கு அவனின்றிப் பரிகாரமா!
- பிருந்தா...

திருந்தா முகந்தன்னைத் திருத்துகின்றேன் - கண்ணன்
திருத்தோற்றம் தனைநெஞ்சில் நிறுத்துகின்றேன்!
- பிருந்தா...

வாள்கொண்ட கண்ணுக்கு மைதீட்டினேன் - அவனை
வரவேற்கச் செவ்வாழைக் கைநீட்டினேன்
தோள்தந்து சுகம்காண விரைந்தோடினேன் - அந்தத்
தூயோனின் திருமார்பில் அசைந்தாடினேன்!
- பிருந்தா...

பாஞ்சாலி தனைக்காக்க மன்றாடினான் - அவன்
பாதங்களில் நானும் நின்றாடினேன்
தீங்கான பாம்பின்மேல் நின்றாடினான் - அவன்
திருமார்பில் சிலநேரம் நின்றாடினேன்!

-பிருந்தா...

காதல்கொண் டோர்சொல்லும் சொல்லென்னவோ - என்
கண்ணாளன் பாரன்றி வேறென்னவோ
காதல் வந்தால்கூட கவலைஇல்லை - என்
சங்கீதம் அவனன்றி யாருமில்லை!

- பிருந்தா...

ஏழாவது தொகுதி

8

கற்பனைச் சிறகுகளே - கொஞ்சம்
 காற்றினில் விரியுங்களேன்
அற்புதத் தோற்றம்கொண்ட
 ஆனந்த நாயகர்க்கு
பற்பல முத்தம்தந்து
 பள்ளி அறைவடித்த   - கற்பனைச்...

வலக்கரம் கூந்தலுக்குள்
 வளைந்தாடவும் - பல்
வரிசை இதழ்களுக்குள்
 அசைந்தாடவும்
இடக்கரம் நற்கழுத்தில்
 விளையாடவும் - அவர்
இழுத்த இழுப்புக்குநான்
 தடைபோடவும்,

                        - கற்பனைச்...

கவிஞர் கண்ணதாசன் கவிதைகள்

மார்பக ஆடை கொஞ்சம்
 நெகிழ்ந்தோடவும் - அந்த
மலர்களில் மன்னன்முகம்
 கலந்தாடவும்
ஊர்வலப் பொன்னிடையின்
 உடையோடவும் - நான்
உறுதியுடன் காத்த
 தடையோடவும்

        கற்பனைச்...

தேக அங்கங்களின்றித்
 தேவதையுண்டோ - அதைச்
சிற்றின்பம் என்று சொல்லல்
 சிறுமனமன்றோ
யோக நிலைக்கும் அது
 முத்திரையன்றோ - அந்த
யோகம் கொடுப்பதுதான்
 நித்திரையன்றோ

       - கற்பனைச்...

ஏழாவது தொகுதி

9

கங்கைக் கரையினிலே - ஒரு
    கற்பகச் சோலை யுண்டு
மங்கையர் சென்றுவிட்டால் - அவர்முன்
    மாதவன் வந்து நிற்பான்!

பக்தியில் தொண்டர்களும் - அவன்
    பார்வைக்குக் காத்து நின்றால்
தத்துவச் சாரதியின் - அன்புத்
    தங்க ரதம் கிடைக்கும்!

தேவன் நடனமிடும் - யமுனை
    தீர்த்தக் கரை யினிலே
பாவிகள் வந்துநின்றால் - அவர்
    பாவமும் தொலைந்து விடும்!

கீதை மொழிகளெல்லாம் - அங்கே
 கேட்க வழி இருக்கும்
ராதை திருமுகத்தும் - நமக்கோர்
 நல்ல அருளி ருக்கும்!

பார்த்தனைக் காத்தவனே - சூழும்
 பக்தரைக் காப்பவ னாம்
ஆர்த்தெழும் சங்கினிலே - நமக்கோர்
 அட்சதை வைத்தவ னாம்!

✻✻✻

பகுதி : ஏழு

பல்சுவை பாடுதும்

கவிஞர் கண்ணதாசன் கவிதைகள்

ஓம் : சிற்பம்

மகைகளின்
விடுதலை

ஏழாவது தொகுதி

இரவுகள்

நீண்ட இரவு

காதலனைக் காணாத காதலியின் முன்னாலே
    கண்மூடல் நீக்கும் இரவு
கடன்வாங்கித் தீர்க்காமல் கண்ணீரில் நீராடி
    கவலைகொண் டேங்கும் இரவு
மாதமொரு நோயாக மாறிமாறிப் பெற்று
    மனம்நொந்து வாடும் இரவு
மாறாத வறுமையினில் நாள்தோறும் போராடி
    மயங்குவார் காணும் இரவு
ஆதரவில் லாததொரு பெண்மையின் வாழ்நாளில்
    அச்சத்தில் ஆடும் இரவு
அநியாயப் பனிமழையில் தெருவீதி தன்னிலே
    துயில்கொள்ளும் அந்த இரவு
வேதனை மிகுத்துவரும் விடியாத இரவென்று
    விளம்புவாய் வண்ண மயிலே
வெள்ளமெனத் தீர்த்தம்வரும் கங்கைநதி தெய்வமே
    விசாலாட்சி அன்னை உமையே!

கவிஞர் கண்ணதாசன் கவிதைகள்

சுருங்கிய இரவு

கட்டழகு மங்கையுடன் காளையவன் காண்கின்ற
    கனிவான சாந்தி இரவு
கன்னக்கோல் வைக்கின்ற கள்வனவன் முயன்றாலும்
    காசுகிடைக் காத இரவு
பட்டங்கள் பெற்றுவர உண்மையில் படிக்கின்ற
    பருவமகன் காணும் இரவு
பலகாலம் தூங்காமல் சுகமாகத் துயில்கின்ற
    பாவிக்கு விடியும் இரவு
தொட்டதோர் ஆராய்ச்சி தொடர்ந்துசெயும் எழுத்தாளன்
    தூங்காமல் எழுதும் இரவு
சொந்தங்கள் பலகூடி சந்தோஷ இசைபாடி
    தொழுகின்ற விரத இரவு
கட்டாய மாயாரோ விடியவைத் ததுபோல
    காணுமே தெய்வ மயிலே
கங்கைநதிக் கரைமீது பொங்குமருள் பாலிக்கும்
    காசிவிசா லாட்சி உமையே!

ஏழாவது தொகுதி

சுகமான இரவு

பெறற்கரிய பரிசாக சிலலட்சம் ரூபாய்கள்
    பெற்றவன் காணும் இரவு
    பிறநாடு சென்றதொரு கணவன் திரும்பியதும்
    பெண்ணாள் மயங்கும் இரவு
அறங்கள்பல செய்தாங்கு பாராட்டு மாலைகள்
    ஆயிரம் கொள்ளும் இரவு
    அடுத்தநாள் காலையிலே விடுதலை என்பதனை
    சிறைவாசி அறியும் இரவு
இறப்பானோ என்றமகன் பிழைத்துவிட் டானென்று
    ஈன்றவள் கேட்ட இரவு
    இன்னும்சில நேரத்தில் தேர்தலில் வெற்றியென
    எதிர்பார்த் திருக்கும் இரவு
நிறங்கள்பல மனங்கள்பல காணும்இர வல்லவோ
    நிலையான தெய்வ மயிலே
    நீடுபுகழ் கங்கைநதி ஓரமதில் வாழ்கின்ற
    நேசவிசா லாட்சி உமையே!

கேள்வி இரவு

எங்கேயோ பெட்டிதனை வைத்துக் தொலைத்தவன்
எங்கென்றே எண்ணும் இரவு
ஏதுமொரு வேலையும் இல்லாமல் வீட்டிலே
எங்குவான் காணும் இரவு
தங்காத தொழிலிலே முதலீடு செய்தபின்
தலையைப்போட் டுருட்டும் இரவு
தானீன்ற பிள்ளைகள் தனக்கே விரோதமாய்
தலைதூக்கி நிற்கும் இரவு
பங்காளிக் காய்ச்சலில் பகைமுற்றித் தூங்காது
பழிதீர்க்க எண்ணும் இரவு
பகலுண்ட உணவுதரும் வயிற்றுக்கோ ளாறினால்
பலவாறு எண்ணும் இரவு
அங்காந்த கேள்விகள் ஆயிரம் தோன்றிடும்
இரவன்றோ அன்பு மயிலே
ஆறுகளில் கங்கைஎனப் பேர்பெரிய நதியோரம்
அருளும்விசா லாட்சி உமையே!

***

ஏழாவது தொகுதி

மனைவி

ஊடல்வரும் கூடல்வரும் உவகைவரும் கவலைவரும்
    ஒவ்வொன்றும் வந்த போதும்
    வாடைவரும் மறுபடியும் வேனில்வரும் மழையும்வரும்
    வாழ்க்கையில் என்று எண்ணி
கூடவரும் நாயகனைக் கொஞ்சவரும் குழந்தையெனக்
    கொண்டவள் நினைத்தல் வேண்டும்
    தேடவரும் செல்வமெலாம் திரண்டுவரும் குலமகளே
    திருமகள் வடிவ மன்றோ!

வாளால் அறுத்தாலும் வதையே புரிந்தாலும்
    மணந்தவன் தெய்வ மாவான்
    தேளாய் விழுந்தாலும் தேனாய் இனித்தாலும்
    தெய்வமே கணவ னாவான்
ஆளா திருந்தாலும் அடிமைபோல் வைத்தாலும்
    ஆளனை மறக்க வேண்டாம்
    அழகுமிகு மங்கையே குலதரும நங்கையே
    அன்புமனை யான உமையே!

✳✳✳

போட்டியில்லா மந்திரி

'நாடு வாழ நல்லவர் வாழக்
கேடு வீழக் கீழ்நிலை மாற
தக்கன செய்வேன் தகுதியும் உள்ளேன்
மிக்கவை செய்வோர் வேண்டிடின் என்னை
தேர்ந்தெடுப் பீர்வரும் தேர்தலில்' என்றே
ஆழ்ந்திடு குரலில் அதிர முழக்கி
தந்திரம் செய்து தாளம் போட்டு
மந்திரி யாவோர் மக்களின் பெயரால்
நல்லதும் செய்வர்; அல்லதும் செய்வர்;
'இல்லான் அறி' வெனும் பெயரும் எடுப்பர்!
ஓட்டுப் பெற்று ஓர்முறை வந்தவர்
வேட்டுப் பெற்றும் வீழ்வர் மறுமுறை!
மாறுதல்! மாறுதல்! மந்திரி யாவோர்
வீழுவர் எழுவர்ஈ தரசியல் சுழற்சி!

ஏழாவது தொகுதி

காலை மலர்ந்தது கண்விழிப் பீர்எனக்
கோலக் குரலில் கொஞ்சி அழைத்து
கண்விழிக் குங்கால் தன்முகம் முதலில்
காணும் அளவில் கனிவொடு நின்று
காப்பி கொடுத்து கல்நார் பற்பொடி
சோப்பும் சீப்பும் துணியும் எடுத்து
தண்ணீர் வைத்து தடந்தோள் தேய்த்து
விண்ணூர் மேகத் தன்னதன் அன்பை
கொட்டிப் படைத்துக் குறையொன் றின்றி
உண்ணத் தந்து உணர்வையும் தந்துநான்
செல்லுங் காலை திடத்தினை ஊட்டி
திரும்பி வருங்கால் சிரிப்புக் காட்டி
'அத்தான்! அத்தான்! அத்தான்' என்றே
அம்பொற் சிலைபோல் ஆடிப் பாடி
செம்பவ ளத்தைச் சேர்த்த வாயிடை
முத்தாம் காதல் மொழிகளைச் சிந்தி
என்மன நோயைத் தன்மன நோயாய்
என்உடல் வலியைத் தன்உடல் வலியாய்

கவிஞர் கண்ணதாசன் கவிதைகள்

எண்ணிப் பேணி இல்லறங் காக்கும்
நல்லறச் செல்விஎன் நாயகி மந்திரி!
போட்டி இல்லைஎம் இல்லறத் தேர்தலில்
மீட்டும் மீட்டும் அவளே மந்திரி!

அரசியல் மந்திரிக்(கு) அற்பநாள் ஆயுள்;
அன்பறச் செல்வியோ ஆயுள்நாள் மந்திரி!

(1951-ல் எழுதப்பட்ட இக்கவிதை
சேலத்திலிருந்து வெளிவந்த 'மந்திரி' எனும்
வார இதழில் பிரசுரமானது.
- தொ. ஆர்)

***

திருமண மந்திரம்

ஓரடி கற்பைக் காக்க
　　ஓரடி கணவர்க் காக
சீரடி மூன்றாம் பாதம்
　　சேர்ந்ததோர் குலத்தைக் காக்க
நாலடி அச்சம் நாணம்
　　மடம்எனும் நலத்தைக் காக்க
ஐந்தடி புலன்கள் ஐந்தை
　　அடக்கியே வாழ்வைக் காக்க
ஆறடி சுவைக ளாறும்
　　கணவர்க்கே அன்பில் ஊட்ட
ஏழடி உலகம் ஏழும்
　　கணவனோ டிணைந்து வாழ!

வேறு

சக்திஒரு பாதியாய் சிவமும்ஒரு பாதியாய்
தர்மத்தில் இணைந்து வாழ்வோம்
தாய்மைஎனும் கோலமாய் தந்தைஎனும் பாலமாய்
தத்துவப் பெருமை காண்போம்
பக்திவழி நேர்மையாய் பண்புவழி மேன்மையாய்
பாரெலாம் வணங்க வாழ்வோம்
பள்ளியறை கொள்வதில் பரமனடி சேர்வதில்
பக்கத்தில் பங்கு கொள்வோம்!

பாதாதி கேசமும் சீரான நாயககன்
பணிக்கென்று துணைவி வாழ்க!
படுவதொரு துயரெனிலும் வருவதொரு சுகமெனிலும்
பாதியாய் துணைவன் வாழ்க!
தாய்வீடு விட்டபின் தன்வீடு தாய்வீடென்
றெண்ணியே தலைவி வாழ்க!
சமகால யோகமிது வெகுகால யாகமென
சம்சாரம் இனிது வாழ்க!

***

ஏழாவது தொகுதி

ஒரு இளைஞனின் இதயக் குமுறல்

தென்னங் குரும்பையைப் போலிருக்கும் இளம்
 சித்திரக் கொங்கையின் மேலே - ஒரு
 முத்துப் பதித்தது போலே - இரு
 வித்துக் கிடப்பத னாலே - நான்
தன்னை மறந்ததும் கண்ணை இழந்ததும்
 என்ன பொருள்பெரு மாளே - எனக்
 கென்று வரும்திரு நாளே! - அட
 ஏற்படுத்து ஒருநா ளே!

காமன் எழுப்பிய தூண்களி ரண்டையும்
 கட்டித் தழுவிடு வேனா - கலை
 கற்றுத் தெளிந்திடு வேனா - நிலை
 முற்றும் மறந்திடு வேனா - இல்லை
மாமன் எனும்ஒரு மாயக் கதவினில்
 மண்டையை மோதிக்கொள் வேனா - வெறும்
 வாசலைப் பார்த்திருப் பேனா - சிறு
 ஈசலைப் போல்விழு வேனா?

***

பழைய பாணியில் ஒரு தூது

வல்லாய்! தோழி ! வாழி! என் காதலர்
செல்லாது ஒழிந்து திங்கள் ஒன்று ஆயது
உள்ளங் களிக்க உறந்தையூர் அகத்தே
தெள்ளிதின் கூடினார், திடுமெனப் பிரிந்தது
கள்வர் அவரெனக் காட்டும் தகைத்தே!

ஆடு களத்தின் காயெனத் திரண்டு
கோடு குன்றெனக் குறுங்கா வியம்படை
மார்பில் பதித்த நகக்குறி வடுக்கள்
சேரும் கதையே தினமும் செப்பின!

வெய்யில் மழைஎன விரிவு கொள்ளாது
தொய்யில் கொங்கையில் தொடர்ந்த வியர்வை
ஆறென ஓடி அல்குல் தடத்தில்
நீரென விழுந்து நிதம்பம் நனைத்தது!

துயிலாக் கருமணி தொடர்கதை யானது
பயிலா திருந்தால் பசிவரா திருக்கும்
சிலநாள் சுகத்தில் தேகம் கிளர்ந்தது

ஏழாவது தொகுதி

பலநாள் வருமெனப் பார்த்துக் கிடந்தது
உள்ளூறும் கதப்பு உடற் சூடேற்ற
கொள்ளைக் காமக் குலவல் தேடினேன்!

அன்னாய் தோழி! அன்னார் இடத்து
இத்தரு ணத்தே ஏகி விரைந்து
புத்தாண் டில்ஒரு புதுச்சுவை நல்க
தத்தை மொழியால் சாற்றுக உடனே!

இராப்பொழு தெல்லாம் என்னுயிர்த் துணைவன்
'இராப்'பொழு தானால் இருந்தென் பயனே!

பள்ளி நனைத்த படத்தினைத் தேற்ற
கள்வன் வருகெனக் கழறுக இன்றே!

***

தெய்வம் தந்த தோழி

இன்னொரு வாழ்வினை இகத்தினில் காண
இளமை வளப்பை இயற்கையி லடைய
மன்னவன் கண்ணனை மனத்தால் வேண்டி
கன்னி ஒருத்தியைக் காட்டுக என்றேன்
என்னுயிர்த் தோழி - அவள்
வந்தனள் வாழி!

தகைசால் உறவுத் தத்துவம் விளங்க
மிகையோ குறையோ மெய்யுணர் பொங்க
நகையும் அறிவும் நால்வகைக் குணமும்
புகழும் படைத்த பூவையை வேண்டினேன்
என்னுயிர்த் தோழி - அவள்
வந்தனள் வாழி!

ஏழாவது தொகுதி

அம்பொன் மேனி அங்கயற் கண்ணி
அகண்ட கங்கை அருள்விசா லாட்சி
செம்பொற் கோபுர தேவிகா மாட்சி
தம்பொற் பதத்தில் தவம்கிடந் தேன்யான்
 என்னுயிர்த் தோழி - அவள்
 வந்தனள் வாழி!

சாவை விரட்டும் சக்தியைப் பெற்றேன்
தழைக்கும் உடல்நலம் தன்னை யடைந்தேன்
கோவில்கள் தோறும் கொள்கை மொழிந்தேன்
கோவிந் தன்அதைக் கொடுத்தருள் செய்தான்
 என்னுயிர்த் தோழி - அவள்
 வந்தனள் வாழி!

***

கவிஞர் கண்ணதாசன் கவிதைகள்

காதலுக்கோர் கல்லறை

அன்றொரு காலம் அலைதிரள் மோதும்
குன்றிடை யமைந்த குழலிடை யமர்ந்து
தென்றல் தழுவச் செந்தமிழ் பயின்ற
அகத்தியன் முதலாய் ஆயிர மாயிரம்
இலக்கியப் புலவர்கள் இயம்பும் காதலை
நானும் வடிக்க நாட்டினேன் எழுதுகோல்!
மயக்கம் நிறைந்த மாயக் கானலை
பித்தம் நிறைந்த பெரியதோர் உணர்ச்சியை
போதை மிகுந்த பொல்லாக் கவர்ச்சியை
இத்தனை யாண்டுகள் இன்ப நுகர்ச்சியில்
கண்ட பிற்பாடு காதலை என்சொல?
உடலின் உணர்வே ஓங்கா திருக்கும்
இளம் பருவத்தின் இன்னிசைக் காதல்!
கண்கள் இரண்டும் கரைபுரண் டோடி
காணா திருந்தால் கனலிடை யாடி
பெண்ணின் மேன்மை பெருமிதம் உணர்ந்து

ஏழாவது தொகுதி

உள்ளுணர் வாலே உவப்பது காதல்!
காமம் என்பது கடுகள வேனும்
காணா நிலையிற் கனிவது காதல்!
பார்வை புன்னகை பணியும் நாணம்
பாரா ததுபோல் பார்க்கும் மென்மை
தேரா நிலையிற் திணறும் மூச்சு
தானே தனக்குள் தவிக்கும் பேச்சு
உளறல் உயிர்த்தல் உளமெலாம் வியர்த்தல்
நனவே கனவாய் நலியும் தன்மை
தூதொன் றின்றித் துயருறும் விம்மல்
இவையே மானிடர் இலக்கியக் காதல்!
அந்தக் காலம் ஆற்றங் கரையிலும்
மந்திக ளாடும் மாந்தோப் பினிலும்
கோவில் விழாவிலும் குளத்தங் கரையிலும்
புனிதக் காதல் பூத்துக் கனிந்தது!
இன்றையக் காதலை என்சொல! என்சொல!

நாண மிழந்து நலத்தையு மிழந்து
காணும் பொழுதே கண்ணடி யடித்து
கடிதம் எழுதிக் கையிலும் கொடுத்து
ஓடிச் சென்று ஒட்டலிற் புகுந்து
இருட்டி லாடி இன்பம் நுகர்ந்து
திருட்டுத் தாலியைத் தெய்வசந் நிதியில்
கட்டிக் கொள்வதே காதலென் றானது!
பலநாள் வாழ்ந்த பண்புறு காதல்
இயங்கும் ஆயின் இனிதே மலருக!
கல்லும் கல்லும் காதல் புரியும்
பொல்லாக் காதல் போயொழிந் திடுக!
செத்த மானிடச் சீவனுக் கெல்லாம்
கல்லறை காணும் கலிகாலத் தீர்!

***

ஏழாவது தொகுதி

அவள் சமூகம் முன்னேறி விட்டது

கருவிழி சிவப்ப, வானக்
 கார்குழல் விரிந்து நீள,
இருபுற நெற்றி வேர்வை
 இன்பதுன் பங்கள் பேச,
மருவறு இதழி ரண்டும்
 மயக்கத்தில் காய்ந்து நிற்க,
திருமகள் வாழு கின்றாள்
 சிலைநட மாடல் போலே!

இருபதும் பத்தும் தாண்டி
 இளமகள் பருவம் சென்றும்
ஒருதனித் துணைவன் இல்லை
 உறக்கமும் உணவும் இல்லை;
கருவுயிர்க் கின்றார் மற்றோர்,
 கன்னியாய் இவள்நிற் கின்றாள்;
தெருவிளக் கெரிவ தேபோல்
 சேவைக்கே பிறந்த பாவை!

கல்வியும் இல்லாள்; காதல்
கலவியும் இல்லா ளாக
வல்விதி தனையே எண்ணி
வடித்தகண் ணீரோ பொன்னி!
சொல்வது யார்மேற் குற்றம்?
தோகையின் அழகைப் பார்த்தும்
இல்லறம் தருவா ரில்லை,
எந்தமிழ் நாட்டின் கண்ணே!

பவுர்ணமி வருதல் கண்டாள்;
பகல்கண்டாள், இரவும் கண்டாள்;
அவளுக்குப் பருவம் வந்து
ஆயின பதினே ழாண்டு;
கவலைக்கு வயதும் அஃதே!
கலைமகள் சொன்னா ளில்லை
நவமணி முகத்தைப் பார்த்தும்
நல்லவர் வந்தா ரில்லை!

ஏழாவது தொகுதி

கழுவினாள் உடம்பை நித்தம்,
        கவலையுடன் பொட்டும் வைத்தாள்
தழுவுவான் இல்லை என்றால்
        தண்ணீரில் இன்பம் ஏது?
அழுவதும் தனியே பாவி
        அமைவதும் தனியே யானாள்;
தொழுவதில் குறைச்சல் இல்லை
        தொடர்ந்தவள் கோவில் சென்றாள்!

என்ன இக்கொடுமை, பெண்மை
        ஏனிந்தப் பிறப்பை ஏற்றாள்?
முன்னேறி விட்ட தாமே
        மோகனப் பெண்சமூகம்!
பின்தங்கும் இனங்கள் மட்டும்
        பிள்ளைகள் பெறலாம்; நாட்டில்
முன்னேறும் சமூகம் என்றால்
        முப்பதில் அழத்தான் வேண்டும்!

இந்தியா உரிமை நாடாம்
    எல்லோர்க்கும் உரிமை உண்டாம்
மந்திரி எவர்வந் தாலும்
    மயங்குவார் ஓட்டுக் காக;
செந்தணல் கொதிக்கும் மண்ணில்
    திருமகள் பிறக்க லாமா?
வந்ததைப் பெறத்தான் வேண்டும்
    வாழிய தலைவர் கூட்டம்!

✷✷✷

ஏழாவது தொகுதி

50

50

இறந்தநாள் அனைத்தும் எண்ணி
    இனிவரும் நாளை எண்ண
பிறந்தநாள் காணு கின்றோம்
    பிழைஇலை; ஆயின் வாழ்வில்
சிறந்தநாள் கணக்குப் பார்த்துத்
    தேர்ந்துகொண் டாடல் வேண்டும்
பறந்தநாள் இனிவ ராது
    பாக்கிநாள் நன்னா ளாக!

50

ஐம்புலன் ரசித்த வாழ்வு
    அறம்மறம் நிறைந்த வாழ்வு
ஐம்பொறி துடித்த வாழ்வு
    ஆயிரம் படித்த வாழ்வு
ஐம்பதை நெருங்கும் போது
    அகம்புறம் கணக்குப் பார்த்து
பைம்புகழ் இனியும் காண
    பரமனே அருள்வா னாக!

50

ஆண்டுகள் ஐம்ப தாகும்
        ஆரம்பம் திருநா ளாகும்
ஆண்டுகள் அறுபதா னால்
        அந்தியில் நன்னா ளாகும்
ஈண்டுயான் ஐம்ப தாண்டை
        இனிதுற வரவேற் கின்றேன்
நீண்டநாள் வாழ ஆசை
        நிமலன்என் நினைக்கின் றானோ?

***

ஏழாவது தொகுதி

சிரிக்க... சிந்திக்க...

1
காலக்கேடு

பரம புருஷராம், பரம ஹம்சரை
பார்த்தொரு சீடன் பகர்ந்தான் இம்மொழி:
"ஐயா! நான்ஒரு அற்புத வித்தையைக்
கணக்கிலா ஆண்டுகள் கஷ்டப் பட்டுக்
கற்றுக் கொண்டேன்; கற்றதைச் சொல்கிறேன்.
கங்கையின் மீது காலால் நடந்து
அக்கரை சேர்வதே அந்தஓர் வித்தையாம்.
தத்துவம் அதன்பேர் ஜலஸ்தம்பம் எனல்
தாங்கள் அறிந்ததே; தலைதாழ்ந்த வணக்கம்!"

பகவான் அவனைப் பார்த்துச் சிரித்தார்:
"தம்பி! இதென்ன தத்துவ வித்தை!
ஓரணாக் கொடுத்தால் ஓடக் காரன்
அக்கரை கொண்டு அழகாய்ச் சேர்ப்பான்.
இதற்கா தம்பி இத்தனை ஆண்டுகள்?
காலக் கேடு! கடவுளை அடைய
இத்தனை ஆண்டுகள் முயற்சிகள் எடுத்தால்
இந்நேரம் நீ ஈச்வரன் அருகே!"

கவிஞர் கண்ணதாசன் கவிதைகள்

2
வடிவங்கள்

பகவான் இடத்தே பரசம யத்தவர்
ஒருவர் வந்து உருக்கமாய்க் கேட்டார்:

"இந்து மதத்தில் இத்தனை கடவுள்கள்
ஏன்படைத் தார்கள்? இவைஎன்ன தேவையா?
இறைவன் ஒருவன் என்னும் பொழுது
இத்தனை வடிவம் இருப்பது சரியா?"

பகவான் அவரைப் பார்த்துச் சொன்னார்:
"ஐயா! நீவிர் அழகாய்க் கேட்டீர்!
நீங்கள் ஒருவர்; நிச்சயம் ஒருவரே!
ஆனால் நீங்கள் அன்னைக்குப் பிள்ளை;
பிள்ளைக்குத் தந்தை, பேரர்க்குப் பாட்டன்;
மாமிக்கு மருமகன்; மனைவிக்கு கணவன்;
தம்பிக்கு அண்ணன்; தங்கைக்கும் அப்படி;
இந்த உமக்கே இத்தனை வடிவம்!
இறைவனுக் கேனையா இருக்கக் கூடாது?"

ஏழாவது தொகுதி

3.

உரைத்த கணமே...

குருக்ஷேத் திரத்தில் கூடின படைகள்
தனஞ்சயன் தேருக்குச் சாரதி கண்ணன்
படையைப் பார்த்துப் பல்குணன் மயங்கினான்;
கண்ணன் கீதையை கனிவாய் உரைத்தான்
மனதை அடக்கி, மயக்கத்தை நீக்கும்
கர்மம் முழுவதும் கணக்காய் வரைந்தான்.
போர்துவங் கிற்று; பொருதினான் அர்ச்சுனன்.
அடுத்தநாள் போரில் அபிமன்யு மாண்டான்.
அபிமன்யு என்பவன் அர்ச்சுனன் மைந்தன்
அர்ச்சுனன் தனது அருமைக் குமாரனின்
திருவுடல் எடுத்துத் தேரினில் போட்டு
அழுதான்; துடித்தான்; அலறினான்; விம்மினான்!
கண்ணீர் ஆங்கே கடல்போல் விழுந்தது!
அபிமன்யு உடலில் அர்ச்சுனன் கண்ணீர்
கொட்டிய பொழுதுதேர்க் குடையில் இருந்து
கண்ணீர்த் துளிகள் காண்டீபன் மீது

கவிஞர் கண்ணதாசன் கவிதைகள்

மழைபோல் விழுந்தன! மயங்கிய அர்ச்சுனன்
குடையைப் பார்த்தான்; கோவிந்தன் இருந்தான்!
அவனைப் பார்த்து அர்ச்சுனன் கேட்டான்:

"மகனுக்காக நான் மயங்குவ தியற்கை;
கண்ணா நீஏன் கண்ணீர் வடிக்கிறாய்?"

கண்ணன் அதற்குக் கனிவுடன் சொன்னான்:

"என்னரும் நண்பா! இத்தனை நேரம்
கீதை போதித்தான் கிருஷ்ணன்; அந்தப்
போதனை யாவும் பொடியாய்ப் போனதே;
அதற்கே நானின்று அழுகிறேன் தோழா!"

***

ஏழாவது தொகுதி

4
சிரிப்பு

மாடத்தில் இருந்து, மஞ்சத்தில் சாய்ந்து
மனைவி ஒருத்தியின் மடியினில் புரண்டு,
பாராளும் மன்னன் பழங்களைத் தின்றான்!
சுளைகளைத் தின்றபின் தோலை எடுத்து
வீதியில் எறிந்தான் வேந்தர் வேந்தன்!
தரையில் விழுந்ததை சந்யாசி ஒருவன்
கையில் எடுத்துக் கடித்துத் தின்றான்!
தின்பதைப் பார்த்த சேவகர் சிலபேர்
அவனைப் பிடித்து அரசன்முன் நிறுத்தினர்!
அரசன் அந்த ஆண்டியைச் சவுக்கால்
நன்றாய் அடித்தான்; நையப் புடைத்தான்!
அடிவிழ, அடிவிழ ஆண்டியோ சிரித்தான்.
"ஏன் சிரிக்கின்றாய்?" என்றான் அரசன்.
"சொல்கிறேன் அரசே! சொல்கிறேன் கேளாய்:
தோலைத் தின்ற துயரத்திற் காக
இத்தனை அடிகள் எனக்குக் கிடைத்தன!

தோலுக் கேஇத் துன்பம் என்றால்
பழத்தைத் தின்றவன் படும்பா டென்னவோ?
அதனை எண்ணியே அடியேன் சிரித்தேன்."

✸✸✸

ஏழாவது தொகுதி

தத்துவ நிலவு

மானிடச் சாதி முற்றும்
    மயக்கத்தில் நின்று நீங்கி
ஊனிடை உயிரைத் தேற்றி
    உன்னதப் பதவி காண
வானிடைக் கதிரே போலே
    மண்ணிடைப் பிறந்த தேவன்
'ஞானமா சங்க ரர்' தம்
    நல்லடி தொழுகின் றேனே!

கோடியில் ஒருவர் தோன்றி
    குவலயத் துள்ளோர்க் கெல்லாம்
தேடிய படியே தர்மச்
    சிறப்பினை உரைக்கின் றார்கள்;
வாடிய பயிர்கள் வாழ
    வந்தமா ஞானப் பேற்றில்
சூடிய முடியே என்னத்
    துலங்கிடும் காஞ்சி அண்ணல்

தேன்சிறைப் பட்ட வண்டு
    திருத்தவம் புரியும் குன்று
ஊன்சிறை தன்னை விட்டு
    உள்ளத்தை நிறுத்தும் ஞானம்
தான்சிறை இருந்த போதும்
    தர்மத்தைக் காக்கும் தெய்வம்
கான்நிறை அமுதக் கிண்ணம்
    காஞ்சிமா முனிவன் வாழ்க!

***

ஏழாவது தொகுதி

மீண்டும் எம்முடன்...

வடவரை இமயம் நோக்கி
    மனதையே பாதம் ஆக்கி
கடும்பனி வெயிலைத் தாங்கி
    கால்நடை யாகச் செல்லும்
திடமிகும் முனிவன், காஞ்சித்
    திருவுடைப் பெரியோன் தன்னை
வடிவுடன் மீண்டும் எம்பால்
    வழங்குவாய் செல்வத் தாயே!

தன்னையோர் பொருளாய் வைத்து
    தத்துவம் அதிலே ஊன்றி
பொன்பொருள் நினைவில் லாது
    புகழுடல் அமைத்த சுவாமி
இன்னுமோர் நூறி யாண்டு
    எம்முடன் வாழ்தல் வேண்டும்;
அன்னையே காஞ்சித் தாயே
    அவனுடன் செல்வாய் நீயே!

கவிஞர் கண்ணதாசன் கவிதைகள்

ஓர்பிடி அவலில் வாழ்வான்
உலகையே அளந்து செல்வான்
ஊர்புகழ் வாழ்க்கை கொண்டான்
உத்தமன் என்ப தெல்லாம்
சீர்களில் குறைந்த சீரே
தெய்வமே அவன்தான் என்பேன்!
கார்குழல் கமலச் செல்வி
கனிவுடன் காப்பாய் நீயே!

***